நம்மாழ்வார் (10 மே 1938 – 30 டிசம்பர் 2013)

தஞ்சாவூர் மாவட்டம், திருக்காட்டுப்பள்ளிக்கு அருகிலுள்ள இளங்காடு என்னும் கிராமத்தில் பிறந்த கோ. நம்மாழ்வார் தமிழ்நாட்டின் முதன்மையான இயற்கை அறிவியலாளர்களில் ஒருவர். அண்ணாமலை பல்கலைக்கழகத்தில் வேளாண்மை பட்டப்படிப்பு மேற்கொண்டவர். இயற்கை விவசாயத்தால் ஏற்படும் நன்மைகள் குறித்து தமிழகம் முழுவதும் இவர் மேற்கொண்ட இடைவிடாதப் பிரசாரங்களும் களப்பணிகளும் குறிப்பிடத்தக்க விழிப்புணர்வை மக்கள் மத்தியில் ஏற்படுத்தின. இவருடைய வழிகாட்டுத லால் பல ஆயிரக்கணக்கான விவசாயிகள் செயற்கை உரங்களைக் கைவிட்டு விட்டு இயற்கை உரங்களுக்கு மாறியிருக்கின்றனர். ஒவ்வொருநாளும் அதிகரித்துவரும் சுற்றுச்சூழல் மாசும் அதன் காரணமாக நஞ்சாகிவரும் நம் உணவும் உணவு வழக்கமும் தவிர்க்கவியலாதபடிக்கு நம்மாழ்வாரின் படைப்புகளுக்கு நம்மை மீண்டும் மீண்டும் அழைத்துச்செல்வதைக் காணமுடிகிறது. இது இன்றைய தேவையும்கூட.

களை எடு!

நம்மாழ்வார்

களை எடு!
Kalai Edu!
K. Nammazhvar ©

First Edition: August 2007
108 Pages
Printed at Repro Knowledgecast Limited, Thane.

ISBN: 978-81-8368-467-5
Title No: Kizhakku - 261

Kizhakku Pathippagam
177/103, First Floor,
Ambal's Building, Lloyds Road,
Royapettah, Chennai 600 014.
Ph: +91-44-4200-9603

Email : support@nhm.in
Website : www.nhm.in

Kizhakku Pathippagam is an imprint of New Horizon Media Private Limited.

உள்ளே

அண்மையில் பதவி நிறைவு பெற்ற இந்தியக் குடியரசுத் தலைவர், 'கிராமப்புறத்துக்கும் பட்டினத்துக் கும் உள்ள இடைவெளி குறைய வேண்டும்' என்று பேசி இருக்கிறார். இது இந்திய மக்கள் நலனில் அக்கறை கொண்டுள்ள அனைவருக்குமாக வழங்கப் பட்ட அறிவுரையாகக் கொள்ளலாம்.

அமர்த்தியா சென் கூறும்போது 'இந்தியாவுக்குள் ளேயே கலிபோர்னியாவும் (மாட மாளிகைகள், கூட கோபுரங்கள்) சகாராவும் (குடிசைவாசிகளும்) இருப் பது வெட்கப்பட வேண்டியது' என்று சொல்லியுள்ளார்.

இந்திய தேசிய உழவர் கமிஷன் தலைவர் திரு.எம். எஸ். சுவாமிநாதன் தனது அறிக்கையில், 'கடந்த 60 ஆண்டுகளாக இந்தியாவில் உருப்படியான வேளாண் கொள்கை ஒன்றுகூட இல்லை. காலங் கடத்தாமல் ஒரு சரியான கொள்கையை உருவாக்கி செயல்படுத்தப் படாவிட்டால் இந்திய வேளாண்மை நொறுங்கிப் போவதை யாராலும் காப்பாற்ற முடியாது' என்று குறிப்பிடுகிறார்.

இந்தியா பெரியதொரு துணைக் கண்டம். அதனா லேயே இங்கு பல்வேறுபட்ட தட்பவெப்ப நிலைமை களும் பன்முகப்பட்ட பூகோள அமைப்பும் பல்வேறு பட்ட கலாசாரங்களும் நிலவுகிறது. இந்தியா முழு வதற்கும் ஒரே கொள்கை வகுப்பதும் ஒரே திட்டத்தை

வகுத்துச் செயல்படுத்துவதும் அறிவுக்குப் பொருத்தமானது ஆகாது. இயற்கை ஆதாரங்களைச் சரிவர நிருவகிப்பதும் சாத்தியப்படாது. ஆதலால், ஒவ்வொரு மாநிலமும் தனக்கென ஒரு வேளாண் கமிசனை நிறுவ வேண்டும், ஓர் உழவன் அதற்குத் தலைவனாக இருக்க வேண்டும். அந்த உழவர் கமிசன் வேறுபட்ட நிலைமைகளை ஆய்வு செய்து திட்டம் தீட்ட வேண்டும் என்று அமைச்சகத்துக்கு அறிக்கை கொடுத்துள்ளார் எம்.எஸ். சுவாமிநாதன். தமிழ் மாநில அரசு இதனை இன்னும் பரிசீலனைக்கு எடுத்துக் கொண்டதாகத் தெரியவில்லை.

சுவாமிநாதன் மேலும் ஒரு கருத்தை முன் வைத்துள்ளார். அதாவது வயிற்றுக்குச் சோறு இல்லாதவர் வாழ்க்கையை உயர்த்துவதில் அண்டையில் உள்ள சீனா, வியட்நாம் நாடுகளெல்லாம் முன்னேற்றம் கண்டுள்ளன. ஆனால் இந்தியா இந்தத் துறையில் ஒரு அடி கூட முன் எடுத்து வைக்கவில்லை. காரணம், இங்குள்ளவர்களுக்குத் திராணி இல்லை என்று சொல்லியுள்ளார். ஆட்சியாளர்கள் இக்கூற்றைக் கவனத்தில் கொள்ள வேண்டும்.

கேரளா, ஒரிசா, மேற்கு வங்கம், உத்ராஞ்சல் மாநிலங்கள் பீ.டி. விதைகளை உள்ளே நுழைய விடமாட்டோம் என்று சொல்லி தடை போட்டுள்ளன. தமிழ் நாட்டுக்கு மட்டும் ஆலோசனை கூறுவதற்கு ஆள் இல்லாமல் போய் விட்டார்.

'உயிர் வாழ்க்கை நீராலும் அமையாது, நெல்லாலும் அமையாது, மன்னனது செங்கோலே உயிர் காக்கும்' என்ற பொருள்பட,

நெல்லும் உயிரன்றே! நீரும் உயிரன்றே!

மன்னன் உயிர்த்தே மலர்தலை உலகம்!

என்று மோசி கீரனார், மக்களைப் பேணி நடப்பதே மன்னனின் கடமை என்று உணர்த்துகிறார். கோதுமை, நெல் இரண்டின் கொள்முதல் விலை ஏற வில்லை. இரு மடங்கு விலைக்குக் கோதுமையை இறக்குமதி செய்கிறோம்.

போரின்போது பெண்ணையும் பசுவையும் ஒதுக்கி விட்டு நமது முன் னோர்கள் போர்க்களம் புகுந்தார்கள். ஆனால், இன்று பெண் வன்முறைக்கு இலக்காவதும் பசு கொலைக் களம் புகுவதும் அன்றாட நிகழ்வாகியுள்ளது.

வேற்றானும் புகழ்ந்த வேளாண்மைத் தொழில் நுட்பம் நமக்குரியது. அமெரிக்காவில் இருந்து இறக்குமதியான தொழில் நுட்பத்தால் 65 கோடி உழுவோரும் மகிழ்வாக இல்லை; 112 கோடி நுகர்வோரும் நலமாக இல்லை. மகாத்மா காந்தி தேசத்தில், உழவர்கள் தற்கொலை செய்துகொண்டு சிக்கலுக்குத் தீர்வு தேடுகிறார்கள். நவீன வேளாண்மையில் நிலம் ஐந்தும் பாழாகிப் போன பின்னும் தமிழர்க்கு நன்னெறி புலப்படவில்லை. ஆங்கில எழுத்தாளன் ஷூமாக்கர் சொல்வது கவனத்துக்குரியது.

'ஆசிய கலாசாரம் வினைத்தூய்மை பேணுவது. மேற்கு கலாசாரம் வழிமுறை பற்றிக் கவலைப்படாது, அடையப்போவது பற்றியே அக்கறை கொள்வது.

வன்முறை மேற்கு கலாசாரம், அன்பு நெறி கிழக்கு கலாசாரம். பொருள் குவிப்புக்கு மதிப்பளிப்பது மேற்கு. பகிர்ந்துண்ணும் பண்புக்கு மதிப் பளித்து கிழக்கு'. எந்தப் பாதையைப் பற்றி நிற்கப் போகிறோம்?

இந்தச் சிக்கலுக்கான விடையை எளிதாக்கும் முகமாக நாம் எழுதியும் பேசியும் வருகிறோம். நமது எழுத்துகளை நூலாக வடிப்பதில் 'கிழக்குப் பதிப்பகம்' முனைந்துள்ளது வரவேற்புக்குரியது. பல நேரங்களில் பல இதழ் களில் எழுதிய கட்டுரைகள் இந்நூலில் அடங்கியுள்ளன. குமுதம், உழவர் ஓசை, விழிப்புணர்வு, தமிழோசை, தாய் மண்ணே வணக்கம், அருணோதயம் இயக்கம் வெளியிட்ட வாழவழி மாநாட்டு மலர், ஈரோடு ஜே.சி.ஐ. இயக்க மலர், ஜனசக்தி ஆகிய வெளியீடுகள் நமது கட்டுரை, நேர்காணல் ஆகிய வற்றை வெளியிட்டுள்ளன. அவை நமது நன்றிக்கும் பாராட்டுக்கும் உரியன.

உலகமயமாக்கம் என்ற கத்தி நம் ஒவ்வொருவர் தலை மீதும் தொங்கிக் கொண்டுள்ளது. அதில் ஒன்று தனியார் மயமாகும். அதன்படி, ஆறுகளையும் பூமியையுமே தனியார்மயமாக்கியுள்ளோம். அந்நியக் கம்பெனிகள் நமது தண்ணீரைக் குப்பிகளில் அடைத்து நம்மிடமே விற்கிறார்கள். இதற்கு, முன்னேற்றம் என்றும் வளர்ச்சி என்றும் பெயர் சூட்டுகிறோம். இது தமிழ் மரபுக்கு எந்த அளவுக்குப் பொருத்தமானதோ? சிறப்புப் பொருளாதார மண்டலங்கள் என்ற பெயரில் பயிர் நிலத்தைப் பறித்து, கோடிசுவரர்கள் கையில் ஒப்படைப்பதில் மத்திய மாநில அரசுகள் தீவிர ஆர்வம் காட்டு கின்றன. மக்கள் எழுச்சியை அடக்கி ஒடுக்க எடுக்கும் முயற்சிகள் தோல் வியைச் சந்திக்கின்றன.

இப்படியொரு தருணத்தில், சிறப்பு வேளாண் மண்டலம் கொண்டு வர வேண்டும் என்று அரசாங்கம் சொல்கிறது. உழவர்கள் நிலத்தை விட்டு வெளி யேற வேண்டும், சிறு பண்ணைகளே இருக்கக் கூடாது என்பதுபோல மத்திய வேளாண்மை அமைச்சர், மாண்புமிகு சரத்பவார் கூறியுள்ளார்.

இப்படியொரு தடைகள ஓட்டத்தில் உழவு, உழவர், உணவு சிக்கியுள்ளது. தடையில்லாத ஒரு தடம் வகுப்பதில் தமிழ் கூறும் நல்லுலகம் தன் பங்கையும் ஆற்ற வேண்டும். அதற்கு, இந்தத் தாத்தா பாட்டி வேளாண்மையும் ஒரு கருவியாக அமையுமானால் நான் மனநிறைவு கொள்வேன்.

என்றும் அன்புடன்,

கோ. நம்மாழ்வார்

07.08.07

பாழாய்ப் போன பச்சைப் புரட்சி

1960-களில் அமெரிக்க மற்றும் ஐரோப்பியப் பத்திரிகைகளில் ஒரு குறிப்பிட்ட செய்தி பல முறை, பல வடிவங்களில் வெளியானது.

'இந்தியா உள்ளிட்ட ஆசிய நாடுகளில் மக்கள் தொகை பெருகுகிறது. ஆனால், தானியங்களின் விளைச்சல் அதே அளவு உயரவில்லை. ஆகவே, அந்த நாடுகளில் பஞ்சம் வரும். 1940-ல் வங்கா ளத்தில் ஏற்பட்ட பஞ்சத்தைப் போல, மீண்டும் ஒரு பஞ்சம் ஏற்படலாம். லட்சக்கணக்கில் மக்கள் மாண்டதுபோல இப்போதும் நடக்கலாம்.'

இதுவே அந்தச் செய்தியின் சாரம். சொல்லப் பட்ட விஷயத்தையும் அது சொல்லப்பட்ட விதத் தையும் பார்த்தால், நிச்சயமான ஒரு திட்டம் அதில் இருப்பது நன்றாகவே புரியும்.

ஆனால் இந்தியா உள்ளிட்ட நாடுகளின் அரசுகள், இந்த அச்சுறுத்தலை உண்மை என நம்பி உள்ளூற பயந்தன. அமெரிக்க அரசிடம் உதவி வேண்டின. பெருங்கருணை கொண்ட அமெரிக்காவோ, 'உனக்கு மீன் தருவதை விட, மீன் பிடிக்கக் கற்றுத் தருகிறேன்' என்றது. தன் யோசனையை ஏற்க மறுத்த நாடுகளைதனது உணவுத் தானிய உதவித் திட்டத்தை நிறுத்திவிடுவதாகச் சொல்லி மிரட்டியது.

1

அமெரிக்கா கற்றுத் தருவதாகச் சொன்னது என்ன தெரியுமா?

'எமது நாட்டு கம்பெனிகளின் விதைகளைப் பயன்படுத்து.

எங்கள் கம்பெனிகள் தயார் செய்யும் ரசாயன உப்புகளை வாங்கி உன் வயலில் கொட்டு.

நாங்கள் தயாரிக்கும் உயிர்க்கொல்லி நஞ்சுகளை வாங்கி உன் பயிர்களின் மீது தெளி.

ரசாயன உப்புகளையும், உயிர்க்கொல்லி நஞ்சுகளையும் தயாரிக்கும் தொழில்நுட்பங்களை வாங்கி நீயே தயார் செய்.'

10,000 ஆண்டுகாலம் விவசாயம் செய்து வந்த நாடுகளுக்கு 150 ஆண்டுகால விவசாய அனுபவம் உள்ள நாடு அறிவும் தொழில்நுட்பமும் தந்தது.

தந்தது என்று சொன்னால் தவறு; திணித்தது என்று சொல்வதே சரி.

அதுவரை தங்களிடமிருந்த எரு, தங்களிடமிருந்த விதை எனத் தன் காலில் நின்ற இந்தியப் பண்ணைகளை, உரம் என்ற பெயரில் ரசாயன உப்புகள், பூச்சிமருந்து என்ற பெயரில் உயிர்க்கொல்லிகள், களைக்கொல்லிகள் என்ற பெயரில் தாவரக் கொல்லிகள் எனக் கொலைப் பண்டங்களைத் திணிக்க ஆரம்பித்தார்கள். முதல் மற்றும் இரண்டாம் உலக ஆதிக்கப் போர்களுக்காக, உருவாக்கிய கொலை நுட்பங்களை விவசாயத்துக்காக மடை மாற்றினார்கள்.

பல்லாயிரம் ஆண்டுகாலமாக, விளைநிலத்தையும் உயிர்ச்சூழலையும் சிதைக்காமல் விவசாயம் செய்துவந்த மூன்றாம் உலக ஏழை நாடுகள் மீது, ரசாயன உப்புகளும் உயிர்க்கொல்லி நஞ்சுகளும் திணிக்கப்பட்டதற்கு ஒரே காரணம், இந்திய நாட்டு மக்கள் பசியின்றி வாழவேண்டும் என்பதற்காக அல்ல. தங்கள் நாட்டு கம்பெனிகள் தயாரிக்கும் ரசாயனங்களை, தொழில் நுட்பங்களை விற்கவேண்டும் என்பதற்காகத்தான்.

திணிக்கப்பட்ட தொழில்நுட்பங்கள், ரசாயனங்கள் நம்மிடம் இருந்த பயிர் களுக்கு ஏற்றதாக இல்லை. நிலங்கள் கொஞ்சம் கொஞ்சமாக வளத்தை இழக்க ஆரம்பித்தன. வறுமை உழவர்களைக் கொஞ்சம் கொஞ்சமாகத் தழுவ ஆரம் பித்தது. ஆனால், விதையையும் பூச்சிக்கொல்லி மருந்துகளையும் தயாரித்த கம்பெனிகள், விற்ற நிறுவனங்கள் மட்டுமே ஆதாயம் அடைந்தனர். செல்வம் அவர்கள் வீட்டில் குவிய ஆரம்பித்தது.

திணிக்கப்பட்ட தொழில்நுட்பம் காரணமாக, விவசாயிகள் அடைந்த இழப்புகள் ஒன்றா, இரண்டா...

1.   விதை போனது.

2.   அறிவு போனது.

3.   நிலம் மலடானது.

4.   நன்மை செய்யும் பூச்சிகள், மண்புழுக்கள், பறவை இனங்கள் அழிந்துபோயின.

5. விவசாயப் பண்ணைகளின் உயிர்ச்சூழல் போனது.

6. நீர், பாதாளம் தொட்டது.

7. நீரும் உணவும் நஞ்சாயின.

8. கால்நடைகளில் கலப்படம் கூடி, அழிய ஆரம்பித்தன.

9. மக்கள் அனைவரும் நோயாளிகளானார்கள்.

10. நிலத்தை விட்டுவிட்டு மக்கள் நகரத்தை நோக்கி நகர்கின்றனர்.

11. கடன் வாங்காமல் விவசாயம் செய்ய முடியாது என்ற நிலை.

இவைகளிலிருந்து நம்மைக் காக்கும் நுட்பங்கள் என்று மரபணு மாற்று விதைகளை நம்மிடம் மெல்ல மெல்ல அறிமுகம் செய்து வருகிறார்கள்.

மாபெரும் பச்சைப் புரட்சி நடந்தேறிவிட்டது. ஆனால், பசுமை மட்டும் அதில் இல்லை.

பாரம்பரியமாக நாம் பாதுகாத்து வந்த அறிவும் பசுமையும் பாழாய்ப் போனதுதான் மிச்சம்.

━━━●◦◉◦●━━━

இந்திய வேளாண்மையின் நெருக்கடி

அண்மையில் பத்திரிகைகளில் வரும் தகவல்கள் மன அமைதியைக் குலைப்பதாக உள்ளன. இந்தியாவில் பிற துறைகள் வேகமான வளர்ச்சி கண்டுவரும் இந்த வேளையில், வேளாண்மை யின் வளர்ச்சி மட்டும் 1.5 சதவிகிதமாகக் குறைந் திருக்கிறது.

'வேளாண் வளர்ச்சியைத் துரிதப்படுத்தும் முக மாக இரண்டாவது பச்சைப் புரட்சியைக் கொண்டு வருவோம்' என்று பிரதமர் மன் மோகன் சிங் அறிவித்துள்ளார். 'முதல் பச்சைப் புரட்சி பணக்காரர்களை பெரும் பணக்காரர் ஆக்கியது. வானம் பார்த்த பூமியில் வாழ்வோர் பக்கம் முதல் பச்சைப் புரட்சி தலைவைத்துக்கூட படுக்கவில்லை' என்னும் விமர்சனத்தை பிரதமர் கூட முற்றிலுமாக மறுக்கவில்லை. இந்த நிலை யில் இன்னொரு பச்சைப் புரட்சியா என்கிற அதிர்ச்சியில் உறைந்து போயிருக்கிறார்கள் உண்மையான பசுமை விரும்பிகள்.

இன்றையத் தேதியில் வேளாண் மக்கள் வறுமை யில் வாடுகிறார்கள். நகர்ப்புறம் நோக்கித் தள்ளப் படுகிறார்கள். நாடு வளம் பெற வேண்டுமானால் தேசிய உற்பத்தி, ஆண்டுக்கு 8 சதவிகித வளர்ச் சியை எட்ட வேண்டும். அதில் உழவுத்துறை 4

2

சதவிகிதமாக உயர வேண்டும். ஆனால், நடப்பதோ விபரீதமாக உள்ளது. பத்தாவது ஐந்தாண்டுத் திட்டம் முடியும்போது, 1.5 சதவிகித வளர்ச்சி மட்டுமே கிடைத்திருக்கிறது. இது பொருளாதார மேதைகளை கவலைக்குள்ளாக்கி இருக்கிறது. அவர்கள் புதிய தொழில்நுட்பங்களைத் தேடுகிறார்கள். புதிய பயிர்கள், மண் வள மேம்பாடு, நிலச்சீர்திருத்தம் பற்றியெல்லாம் பேசு கிறார்கள். அவ்வளவு ஏன், இயற்கை விவசாயம் பற்றிக் கூடப் பேசுகிறார்கள்.

'முதல் பச்சைப் புரட்சியில் இருந்ததுபோல் இரண்டாம் பச்சைப் புரட்சி இருக்கக் கூடாது. இது சிறு, குறு விவசாயிகளின் வாழ்நிலையை மேம்படுத்து வதாக இருக்கவேண்டும். கண்டறியப்படும் தொழில்நுட்பம் சிறு, குறு உழவர்கள் கையாளக்கூடியதாக இருக்கவேண்டும்' என்று பிரதமரே சொல்லி இருக்கிறார். இதிலிருந்து முதல் பச்சைப் புரட்சியின் சாதனை என்ன என் பதைத் தெளிவாகப் புரிந்துகொள்ளலாம். 'மானாவாரி நிலங்களுக்கு ஏற்றத் தொழில்நுட்பம் கண்டறியப்பட வேண்டும்' என்றும் அவர் கூறியுள்ளார்.

இந்திய தேசிய உழவர் ஆணையத் தலைவர் எம்.எஸ். சுவாமிநாதன், இன்னும் விரிவாகவே பேசியுள்ளார். '2006-ம் ஆண்டை இந்தியாவின் மறுமலர்ச்சி ஆண்டாக அறிவிக்க வேண்டும்' என அவர் கூறியுள்ளார். 'இதுவரை விஞ்ஞானிகள் ஏக்கர் விளைச்சல் எவ்வளவு என்று மட்டுமே கூறியுள்ளனர். இனிமேல் ஏக்கரில் வரும் நிகர வருவாய் எவ்வளவு என்று கூற வேண்டும்' என்று அவர் சொல்லியுள்ளார்.

பச்சைப் புரட்சியின் தந்தை என்று அழைக்கப்படும் சுவாமிநாதனின் நிலையில் இப்படி ஒரு மாற்றம் வருவதற்குக் காரணம் இருக்கிறது. அவர் தனது குழு உறுப்பினர்களுடன் மராட்டிய மாநிலத்தில் மூன்று நாள்கள் சுற்றுப்பயணம் செய்தார். அந்த மூன்று நாள்களில் 6 உழவர்கள் தற்கொலை செய்து கொண்டார்கள். அந்த அனுபவத்துக்குப் பின்புதான், சுவாமிநாதனின் பேச்சிலும் எழுத்திலும் சற்றே மாற்றம் காணப்படுகிறது. அவர் இப்படி எழுதியுள்ளார்.

'உழவர்களின் கண்ணீரைத் துடைப்பதற்காகவே மகாத்மா காந்தி சுதந்தரப் போராட்டத்தில் ஈடுபட்டார். சுதந்தரப் போராட்டத்தின் போது வார்தா மாவட்டத்திலுள்ள தனது ஆசிரமத்திலேயே காந்தி அதிக நாள்கள் வாழ்ந்தார். அந்த மாவட்டத்தில் இன்று உழவர்கள் பிழைக்க வழியில்லாமல் தற் கொலை செய்து கொள்கிறார்கள். இதை அறியும்போது, வெட்கித் தலை குனிய வேண்டியுள்ளது'.

இவை மட்டுமா? நாம் வெட்கித் தலைகுனிவதற்கு மேலும் பல தகவல்கள் உள்ளன. 2001-ல் தொடங்கி, கடந்த ஐந்தாண்டுகளில் மராட்டிய மாநிலத்தில் தற்கொலை செய்து கொண்டவர்கள் மட்டும் 1000 பேருக்கும் மேல். கடந்த ஏழு, எட்டு ஆண்டுகளில் பஞ்சாப், ஆந்திரா, மராட்டியம், கர்நாடகம், கேரளா ஆகிய மாநிலங்களில் தற்கொலை செய்து கொண்டவர்கள் எண்ணிக்கை 25,000. ஆண் உழவர்கள் தற்கொலை செய்துகொண்டு, தங்கள் துயரங்களுக்கு

முடிவு கட்டுகிறார்கள். ஆனால் அவர்களின் மனைவிகளும், பிள்ளைகளும் பிழைக்கும் வழி தெரியாமல் துன்பப்படுகிறார்கள்.

தமிழ்நாட்டு உழவர்கள் சிறுநீரகத்தை விற்றுக் கடனை அடைக்கிறார்கள். பிற மாநிலங்களுக்குப் புலம்பெயர்ந்து பரிதாபத்துக்கு ஆளாகிறார்கள். கம்பெனி கொடுக்கும் பருத்தி விதைகளைச் சாகுபடி செய்தவர்கள் விளைச்சல் காண முடியாமல் தங்களைத் தாங்களே கொலை செய்து கொள்கிறார்கள்.

உருளைக் கிழங்கும் தேயிலையும் மிளகும் ஏலமும் பயிர் செய்பவர்கள்கூட, அழுது புலம்புகிறார்கள். வாங்கிய கடனுக்கு வட்டி கட்ட முடியாதவர்கள், மானத்துக்குப் பயந்து உயிரைப் மாய்த்துக் கொள்கிறார்கள். வங்கியில் கடன் வாங்க முடியாதவர்களும் கந்து வட்டிக்காரரிடம் அநியாய வட்டிக்குக் கடன் வாங்கி அழிகிறார்கள்.

இவை மட்டுமல்ல, 1950-ல் 23 சதவிகிதமாக இருந்த காடுகள், இன்று 8 சதவிகிதமாக அழிக்கப்பட்டுவிட்டன. இதனால் பருவமழை மறைந்து புயல் மழை மட்டுமே பெய்கிறது. அதனால் வறட்சியும், வெள்ளமும் பெருகி மக்களைச் சீரழிக்கிறது. நீராதாரங்கள் பல்லாண்டுகளாகப் பராமரிக்கப்பட வில்லை. ஆதலால் வெள்ள நீரைச் சேமிக்க முடியவில்லை. ஏரிகளை அழித்தே கட்டடங்கள் எழுப்பப்படுகின்றன. அதனால் குடிநீர்ப் பற்றாக் குறை மக்களை வாட்டுகிறது. நிலத்தடி நீர் அதலபாதாளத்துக்குப் போய்க் கொண்டிருக்கிறது.

ஆற்றங்கரை ஓரங்களில் தொழிற்சாலைகள் கட்டப்படுகின்றன. அந்த ஆலைகளின் சாக்கடைக் கழிவுகள் ஆற்று நீரில் கலந்து விடப்படுகின்றன. இதனால் நாடு முழுவதும் விளைநிலங்கள் பாழாகின்றன. ஆறுகள் மாசுபடு வதை எதிர்த்து நீதிமன்றங்கள் அதிரடித் தீர்ப்புகளை வழங்கியுள்ளன. ஆனாலும் ஆற்றங்கரை ஓரங்களில் ஆலைகள் கட்டப்படுவதும் சாக்கடை நீர் ஆற்றில் கலப்பதும் தொடர்ந்து அதிகரித்த வண்ணமாக உள்ளன. இதனாலும் குடிநீர் ஆதாரம் மறைந்த வண்ணம் உள்ளது. விளைநிலங்கள் பாதிப்புக்குள்ளாகின்றன. கால்நடைகளும், மனிதர்களும் பாதிக்கப் படுகிறார்கள்.

கண்ணில்படும்படியான எடுத்துக்காட்டு, ஒரத்துப்பாளையத்தில் நொய்யல் ஆற்றின் குறுக்கே கட்டப்பட்டுள்ள அணை. ஈரோடு, கரூர் மாவட்டங்களில் நீர்ப்பாசனத்துக்காகக் கட்டப்பட்ட அணை இது. கட்டப்பட்ட நாள் தொட்டு, ஒரு சதுர அங்குல பரப்பில்கூட தண்ணீர் பாயவில்லை. குடிநீர் பாழானதும் விளைநிலம் பாலையானதும்தான் மிச்சம்.

நீதிமன்ற ஆணைப்படி, திருப்பூர் முதலாளிகள் இழப்பீடு (முதல் தவணை) கொடுத்துள்ளார்கள். 13 ஆண்டுகளாகத் தேங்கியிருந்த ரசாயனக் கழிவுகள் காவிரி வெள்ளத்தில் கலந்து விடப்பட்டது. நஞ்சு, சென்னை செல்ல வேண்டிய தண்ணீர் தரும் வீராணம் ஏரி வரை பயணித்துள்ளதை விஞ் ஞானிகள் சோதித்து அறிந்துள்ளார்கள். தண்ணீர் வற்றும்போது, ஒரத்துப்

பாளையம் அணையில் வாழ்ந்த 6 லட்சம் கிலோ மீன்கள் செத்துப் போயின. பொதுப்பணித்துறை அதிகாரிகள் மீது செத்த மீனை புதைக்கும் சேவை தொற்றிக் கொண்டது.

அணையில் படிந்துள்ள சேற்றை அப்புறப்படுத்த நீதிமன்றம் உத்தர விட்டுள்ளது. அள்ளப்படும் சேற்றை எங்கே கொட்டுவது என்ற கேள்விக்கு விடைகாண முடியாது அதிகாரிகள் தவிக்கின்றனர். அப்பராலும் பிற அடியார்களாலும் புகழ்ந்து பாராட்டப்பட்ட நொய்யலுக்குத்தான் சிக்கல் என்பது அல்ல, எல்லா நதிகளுக்கும் இதே கதிதான்.

இது எல்லாம் போதாது என்று ஆற்று நீர் விற்பனை வேறு நடக்கிறது.

நமது பயிர் விதைகளும் விதை ரகங்களும் காணாமல் போய்விட்டன. மறு உற்பத்திக்குப் பயன்படாத விதைகளுக்கு விளம்பரம் செய்யப்படுகிறது. கம்பெனிகள் வாக்குறுதிகள் அளிப்பதுபோல், ரசாயன உபயோகம் குறைய வில்லை. விளைச்சல் உயரவும் இல்லை. ஆனால் விதை விலை மட்டும் வானளவுக்கு உயர்ந்துவிடுகிறது. அனைத்துக்கும் மகுடம் சூட்டுவதுபோல, விளைபொருள் அத்தனையும் வெளிநாட்டிலிருந்து இறக்குமதி செய்யப் படுகிறது.

மானாவாரி பயிர்களுக்கு முக்கியத்துவம் தர வேண்டுமென்றால், நாம் கம்பு, கேழ்வரகு, வரகு, தினை போன்ற சத்துமிகு தானியங்களைச் சாகுபடி செய்தாகவேண்டும். இந்தத் தானியத்துக்குத் தேவைப்படும் தண்ணீர் குறைவு தான். பூச்சி நோய் பாதிப்பும் குறைவு. எனவே, உணவு நஞ்சாகும் வாய்ப்பும் இல்லை. மலைப்பகுதிகளில் இவை இன்னும் சாகுபடிகளில் இருக்கவே செய்கின்றன.

டாக்டர் எம்.எஸ்.சுவாமிநாதன், 'இயற்கை விவசாயத்தில் ஆராய்ச்சி செய்யுங்கள்' என்று விஞ்ஞானிகளுக்கு அறிவுரை கூறியுள்ளார். இதற்குத் தேவை இருக்கவில்லை. இந்தியா முழுவதிலும் இந்தியாவுக்கு அப்பாலும் இயற்கை உழவு ஆராய்ச்சிகளை உழவர்கள் வெற்றிகரமாக நிறைவேற்றி உள்ளார்கள். இப்போதைய தேவை, அந்தச் சாதனைகளைத் தொகுத்து நாடு முழுவதும் விரிவுபடுத்த வேண்டியது மட்டுமே.

இயற்கை உழவுக்கு முக்கியமான அடிப்படை, கால்நடைகள். கால்நடைகள் தொடர்ந்து இறைச்சிக்காக லாரிகளில் கடத்தப்படுகின்றன. இவைகள் தடுத்து நிறுத்தப்பட வேண்டும். பால், எரு, ஏர், வண்டி, மருந்து எனப் பயன்படும் கால்நடைகள், கிராமப்புறங்களில் வேலைவாய்ப்புப் பெருகுவதற்கு வழி வகுக்கும். 2006-ம் ஆண்டில் 'அதிகரிக்கும் வேலைவாய்ப்பு நமது அஜண்டா வாக இருக்க வேண்டும்' என்ற நமது பிரதமரின் கோரிக்கை, கறிக்கடைக்குச் செல்லும் மாட்டைத் தடுத்துக் காப்பாற்றப்படுவதால் நிறைவு செய்யப் படும்.

ஒற்றை நாற்று நடவு முறையை மேற்கொள்வதால், நெல் விளைச்சல் வரலாறு காணாத எல்லையை எட்டும். ஏக்கருக்கு 4 டன் விளைச்சல் எடுக்க

முடியும் என்பது நிரூபிக்கப்பட்டுவிட்டது. தமிழ்நாட்டில் மட்டும் 37 கரும்பு ஆலைகள் உள்ளன. ஒவ்வொரு கரும்பு ஆலைக்கும் 20 ஆயிரம் ஏக்கரில் கரும்பு விளைவிக்கப்படுகிறது. கரும்பு வெட்டிய பின் தோகையை எரிப்பதற்குப் பதிலாக மூடாக்காக இடுவதால், இயற்கை மாசுபடுத்தப்படுவது தவிர்க்கப்படுவதோடு மட்டுமல்லாது, தொடர்ந்து 20 ஆண்டுகள் கட்டைக் கரும்பு வெட்ட முடியும் என்றும் நிரூபிக்கப்பட்டுள்ளது.

நாடு முழுவதும் பல விஞ்ஞானிகள் செய்த ஆராய்ச்சியால் ஒருங்கிணைந்த பூச்சி நிர்வாகம் என்ற முறையில், எந்த நஞ்சையும் செடி மீது தெளிக்காமல் பருத்தியில் உயர்விளைச்சல் எடுக்க முடியும் என்பதும் நிரூபிக்கப் பட்டுள்ளது.

நாட்டில் நமது எருமைகள், கிர், காங்ரெட்ச், தார்பாக்கர், ஓங்கோல், சாகிவால் போன்ற மாடுகளைக் கொண்டே பால் உற்பத்தியை உயர்த்த முடியும் என்பதும் நிரூபணமாகியுள்ளது. பழ மர உற்பத்தியும், சாகுபடியும் செய்து உழவர்கள் வெற்றிக்கனிகளைப் பறித்து வருகிறார்கள். கனிகளைச் சேமிக் கவும், சூழல் பாதிக்காதவாறு பதனப்படுத்தவும் வசதி வாய்ப்புகளைக் கண்டறிய வேண்டும்.

அரசு உதவினால் சொட்டுநீர்ப் பாசனம், தெளிப்பு நீர்ப் பாசனம் போன்ற வற்றைக் கையாளவும் உழவர்கள் தயார் நிலையில் உள்ளனர். நியாயமான விலை கொடுத்து வாங்கிக்கொள்ள அரசு தயாரானால், மூலிகைச் செடிகளைப் பயிர் செய்வதில் உழவர்களுக்கு எந்தத் தயக்கமும் இல்லை. மீன் வளர்ப்பும், தேனீ வளர்ப்பும் இப்படித்தான்.

அண்மையில் பேசிய கோவை வேளாண் பல்கலைக்கழகத் துணைவேந்தர், 'விளை பொருள்களுக்கு மதிப்பூட்டுவதன் மூலம் கிராமப் பொருளாதாரத்தை மேம்படுத்துவதற்கு வாய்ப்புள்ளது' என்று தெரிவித்துள்ளார். கிராமத்தில் உள்ள ஆடவர், மகளிர் சுய உதவிக் குழுக்களுக்குத் தேவையான பயிற்சிகளை அளிப்பதன் மூலமும், உற்பத்தி செய்து முடித்த பண்டங்களுக்குத் தேவை யான சந்தையை ஏற்படுத்திக் கொடுப்பதன் மூலமும், கிராமப் பொருளா தாரம் மேம்படுவதற்கு அரசு துணை நிற்க முடியும்.

இப்படி வளர்ந்துள்ள தொழில்நுட்பங்களைக் கணக்கில் கொள்ளாமல், இனிமேல்தான் தொழில்நுட்பம் கண்டறியப்பட வேண்டும் என்று பேசுவது, பிரச்னைகளையும் அவைகளை தீர்ப்பதற்கான பொறுப்புகளையும் தள்ளிப் போடுவதாகவே கருதப்படும்.

மேலே கண்டவாறு இன்றைய நிலைமைகளை முழுமையாக ஆராய்ந்து, உழவர்களின் ஆராய்ச்சிகளையும் சாதனைகளையும் கணக்கில்கொண்டு, உழவர்களின் முன்னேற்றத்துக்குத் தடையாக உள்ள முட்டுக்கட்டைகளை அகற்றும் முயற்சிகளைத்தான் ஆராய்ச்சியாளர்கள், வேளாண்துறை, விவசாய அமைப்புகள், தொண்டு நிறுவனங்கள் எல்லோரும் ஒரு முகமாக மேற்கொள்ளவேண்டும். கிராமப்புற முன்னேற்றத்துக்கு என்று திட்டப்

படும் திட்டங்களும் ஒதுக்கப்படும் நிதிகளும் ஒருமுனைப்படுத்தப்பட வேண்டும். இது ஒன்று மட்டுமே இந்தியாவின் வளர்ச்சிக்கு அடித்தளமாக அமைய முடியும்.

'இந்தியத் திருநாட்டில்தான் மனிதர்களும் பெண்களும் குழந்தைகளும் மிக அதிக எண்ணிக்கையில் பசித்த வயிறுடன் படுக்கைக்குச் செல்கிறார்கள். ஆறுகோடி டன் உணவு தானியம் கையிருப்பு இருக்கும்போதே இப்படி நடக்கிறது.'

'உணவு நிதி கார்ப்பரேசன்' பத்திரிகையில் வெளியாகியுள்ள கட்டுரையில், எம்.எஸ்.சுவாமிநாதன் இப்படி எழுதியுள்ளார். 'சமுகத்தில் பொருளியல் அடிப்படையில், சமூக அடிப்படையில் ஆதரவற்ற மக்களைக் காப்பதற்காக, அநேகத் திட்டங்கள் இருந்தும் கோடிக்கணக்கான பெண்களும் குழந்தை களும் பசித்த வயிறுடன் படுக்கச் செல்கிறார்கள்' என்றும் எழுதுகிறார்.

அவர் ஐக்கிய நாட்டு சபையின் உணவு மற்றும் உழவுத் துறையின் அறிக்கை யையும் குறிப்பிடுகிறார். அது என்ன சொல்லுகிறது?

1996-ம் ஆண்டு உலக உணவு மாநாடு நடந்தது. அந்த மாநாட்டில் வறுமையை ஒழிப்பதில் தாம் அடையப் போகும் இலக்கை பல நாடுகள் அறிவித்தன. அப்படி வாக்களித்த இலக்கை (எட்டு ஆண்டுகளுக்குப் பிறகும்) எட்டாத நாடுகளின் பட்டியலில், இந்தியாவும் ஒன்று என்று உணவு மற்றும் உழவுத் துறை அறிக்கைக் கூறுகிறது.

இன்னொரு முக்கியமான தகவலையும் சொல்கிறார் சுவாமிநாதன். வெஸ்டர் பிரௌன் என்ற அமெரிக்க ஆய்வாளர், 1995-ம் ஆண்டில் ஒரு புத்தகம் எழுதினார்.

'சீனாவுக்கு உணவளிக்கப் போவது யார்?' என்ற அந்தப் புத்தகம் 163 பக்கம் இருந்தது. சீனாவிலும் இந்தியாவிலும் உணவு உற்பத்தி நிலைமைகளை அலசி ஆராய்ந்த வெஸ்டர் பிரௌன், முடிவாக இப்படிக் கூறினார்.

'2030-ம் ஆண்டில் சீனாவும் இந்தியாவும் உணவு தானியத்தை இறக்குமதி செய்யும். சீனா 24 கோடி டன் தானியத்தை இறக்குமதி செய்யும். இந்தியா நாலு கோடி டன் தானியத்தை இறக்குமதி செய்யும். இந்த அளவு உணவு தானிய இறக்குமதி, இன்று உலக அளவில் நடைபெறும் தானிய வர்த்த கத்தையெல்லாம் விட மிக அதிகமாக இருக்கும்' என்று புத்தகம் சொல்லு வதாக, சுவாமிநாதன் சொல்கிறார். (கோதுமை இறக்குமதி இப்போதே ஆரம்பமாகிவிட்டது!)

பட்டினி கிடக்கும் மக்களைப் பற்றிப் பேசும் சுவாமிநாதன், வளமிழந்து கிடக்கும் 25 கோடி ஏக்கர் நிலம் மழையை எதிர்பார்த்து வறண்டு கிடப் பதையும் குறிப்பிடுகிறார். 'இந்து' பத்திரிகை வெளியிடும் ஆண்டு மலரில், 'ரசாயனப் பயன்பாடு கட்டு மீறிப் போனதால், புற்று நோய் போன்ற கொடிய நோய்களுக்கு மக்கள் ஆளாகிறார்கள். குழந்தைகள் எடை குறைவாகப் பிறக்கின்றன. இது மூளை வளர்ச்சியைப் பாதிக்கும்' என்று எழுதுகிறார்.

1968-ம் ஆண்டு ஜனவரி மாதம் வாரணாசியில் நடந்த இந்திய விஞ்ஞான மாநாட்டில் அவர் இப்படிக் குறிப்பிட்டிருந்தார்.

'விஞ்ஞான வழிமுறைகளைக் கடைப்பிடித்தால், விளைச்சலைப் பெருக்கு வதற்கான நிறைய வாய்ப்புகள் உள்ளன. உடனடி லாபத்தை மட்டுமே குறிக் கோளாகக் கொண்டு செயல்பட்டால், மாபெரும் ஆபத்துக்களைக் கொண்டு வந்து சேர்க்கும்.' 1968-ம் ஆண்டில் சுவாமிநாதன் இப்படிப் பேசியதாக '15.08.2000 டவுன் டு எர்த்' இதழில் கும்கும்தாஸ் குப்தா எழுதியுள்ளார்.

'காலம் காலமாகச் சேமிக்கப்பட்டுள்ள நீர் எனும் அற்புதப் பொருள் காணாமற் போகும் என்று சுவாமிநாதன் அன்று சொன்னது உண்மையாகவே பலித்துப் போய் விட்டதே' என்று குப்தா வியந்து போகிறார்.

பாழாய்ப் போன பச்சைப் புரட்சியால், ரசாயன உர உபயோகம் பன்மடங் காகியுள்ளது. 1960-61-ம் ஆண்டு 5000 டன் ரசாயன உரம் இடப்பட்டது. 1998-99-ம் ஆண்டில் 13 லட்சம் டன் (260 மடங்கு) ரசாயன உரம் இடப்பட்டது.

1970-71-ம் ஆண்டில் இருந்து ஆழ்குழாய்க் கிணறுகளின் எண்ணிக்கை 20 லட்சம். 2000-மாவது ஆண்டில் உள்ள ஆழ்குழாய்க் கிணறுகளின் எண்ணிக்கை 90 லட்சம் (நாலரை மடங்கு). தண்ணீர் மட்டம் தாழ்ந்து போன தால், ஆண்டுக்காண்டு குழாய்க் கிணற்றை ஆழப்படுத்த வேண்டியுள்ளது. இதுவும் உற்பத்திச் செலவை உயர்த்துகிறது.

ரசாயன உரத்துக்கான விலை உயர்வுக்கு ஈடு கொடுக்கும் விதத்தில், விளைச்சல் உயரவில்லை. இதனால் உற்பத்திச் செலவு உயர்ந்தது. 1984-85-ம் ஆண்டு செலவிடப்பட்டது 1360 ரூபாய். 1998-ம் ஆண்டு செலவிடப்பட்டது 4,120 ரூபாய்.

ஜோகிந்தர் சிங் என்ற உழவர் இப்படிச் சொல்கிறார்: 'பச்சைப் புரட்சிக் காலத் தில், அரசு அதிகாரிகள் கிராமம் கிராமமாகச் சென்றார்கள். மாதிரிப் பாத்திகள் அமைத்தார்கள். விதையையும் ரசாயன உரத்தையும் காசு வாங்காமல் கொடுத்தார்கள்.

நாங்கள் கேள்வி எழுப்பாமல் வாங்கிக் கொண்டோம். இப்படி மோசம் போவோம் என்று எதிர்பார்க்கவில்லை'.

1960-61-ம் ஆண்டு மொத்தம் பயிரிடும் பரப்பில் 37.3 விழுக்காடு நிலத்தில் கோதுமை விளைந்தது. 1998-99-ல் கோதுமை விளையும் பரப்பு, 78.1 விழுக் காடாக உயர்ந்தது. இதுபோலத்தான் நெல்லிலும் ஆனது.

1960-61-ம் ஆண்டு, ஆறு விழுக்காடு நிலத்தில் மட்டுமே நெல் பயிரிடப் பட்டது. 1998-99-ம் ஆண்டு, 59 விழுக்காடாக உயர்ந்தது. இந்தக் காலத்தில் 24 விழுக்காடு நிலத்தில் பயிரான பருப்பு வகை பயிரிடப்படும் பரப்பு 1.3 விழுக்காடாகச் சுருங்கியது.

கோதுமையும், நெல்லும் கூடுதலான பரப்பில் பயிர் செய்யப்பட்டதால், தண்ணீர்த் தேவையும் அதிகரித்தது. இந்தத் தேவையை நிறைவு செய்வதற் காக, ஆரம்பத்தில் அணையைக் கட்டிக் கால்வாய்களைப் பரவலாக்கினார்கள். பின்னர் குழாய்க் கிணறுகளை அதிகப்படுத்தினார்கள். வரம்பு மீறித் தண்ணீர் எடுத்தனர். இது மண் வளம் சிதைவதில் கொண்டு போய்விட்டது. பஞ்சாப் மாநிலத்தில் 118 ஒன்றியங்கள் உள்ளன. இவற்றுள் 62 ஒன்றியத்தில் நீர்மட்டம் தாழ்ந்துள்ளது.

77 விழுக்காடு நிலப்பரப்பில் வறட்சி பாதித்துள்ளது. இது மத்திய பஞ்சாப் நிலவரம். இங்குதான் 67 விழுக்காடு நெல்லும் 56 விழுக்காடு கோதுமையும் விளைகிறது.

இந்திய விவசாய ஆராய்ச்சிக் கழக அறிக்கை இப்படிச் சொல்கிறது. 'மண்ணில் நுண்ணூட்டப் பற்றாக்குறை தீவிரமாக உள்ளது. கூடவே கரிமப்பொருள் அளவும் குறைந்துவிட்டது.'

1960-ல் கரிமப் பொருள் மட்டம் 0.5 விழுக்காடாகக் குறைந்து, அது இன்று 0.2 விழுக்காடாகக் குறைந்துவிட்டது. கரிமப் பொருள் மறையும்போது பூஞ்சை, பாக்டீரியா, மண்புழு அனைத்துமே மறைந்து போகின்றன. நீர் பிடிப்புத்திறன் குறைந்து போகிறது. கலால்வாலா கிராமத்து உழவர் ராம்பால் தலையைக் கவிழ்த்தபடியே பேசுகிறார். அவரது மூச்சுக்காற்றைக்கூட நிலத்தில் மீது விழ வைக்க அவருக்கு விருப்பமில்லை. காரணம், நிலத்தின் ஈரம் உலர்ந்துவிடுமாம். அவரது சோகம் சுற்றி இருப்போரையும் தொற்றிக் கொள்கிறது.

அவர் குடும்பத்தில் உள்ள மூவருக்குச் சாப்பாடு போட வேண்டும். 50,000 ரூபாய் கடன் நிற்கிறது. அவரிடம் இருப்பதோ ஒரு ஏக்கருக்கும் குறைவான நிலம். இந்த நிலமும் களர் நிலமாகிப் போனது. ராம்பால்போல நினைத்த 25,000 உழவர்கள் இந்தியாவில் தற்கொலை செய்துகொண்டுவிட்டார்கள். மற்றவர்களும் இதே பாதையில் நடைபோடத்தான் வேண்டுமா? உழவர்கள் அத்தனை பேரும் தற்கொலை செய்து கொள்ளத்தான் வேண்டுமா?

தேவையில்லை என்கிறார் டாக்டர் வந்தனா சிவா. அவர் சொல்வதைக் கேட்போம்:

'இயற்கை உழவாண்மை மட்டுமே நிலைத்திருக்கும்; நீடித்தும் இருக்கும். 'எல்லோரும் சாப்பிட வேண்டுமானால் இயற்கை வளம் அழியத்தான் செய்யும்' என்று விஞ்ஞானிகள் சொல்கிறார்கள். ஆனால், உலகம் முழுவதும் உள்ள உழவர்கள் கடைப்பிடிக்கும் இயற்கை உழவாண்மை, உணவு கொடுக்கவும் செய்யும்; நீடித்து இருக்கவும் செய்யும்'.

வந்தனா சிவா சொல்வது உண்மை. இயற்கை உழவாண்மை மட்டுமே இனி நம்மைக் காப்பாற்றும்!

தாத்தா பாட்டி வேளாண்மை

இது ஒரு நல்ல நேரம். இயற்கை வேளாண்மை குறித்து உலகின் கவனம் திரும்பிவிட்டது. இயற்கை வேளாண்மை என்பதைக் குருடர்கள் யானையைப் பார்த்தது போலப் பலரும் பார்க் கிறார்கள். இயற்கை வேளாண்மை என்றால், யூரியாவுக்குப் பதிலாக மாட்டுச் சாணத்தைப் போடுவது என்றெல்லாம் எழுதவும், பேசவும் செய்கிறார்கள். அது அப்படி அல்ல. இயற்கைதான் வேளாண்மை செய்யும். இயற்கையின் மடியில் மனிதர்கள் குழந்தையாக இருந்து அனுபவிக்கக் கற்க வேண்டும். இயற்கைக்குக் கடிவாளம் போடு வேன் என்று மனித இனம் புறப்பட்ட போதுதான், இயற்கை உதைக்கிறது. வெள்ளம், வறட்சி, எரி மலை, சுனாமி, நிலநடுக்கம் என்று பேரழிவுகளை நாம் எதிர்கொள்ள வேண்டியிருக்கிறது.

'நிரந்தர வேளாண்மை'யை உலகுக்கு அளித்தவர் ஆஸ்திரேலிய நாட்டு அறிஞர் பில் மொல்லிசன். இந்தக் கல்லூரிப் பேராசிரியர் ஒரு மலைவாழ் மக்கள் தலைவனிடம் கேட்டார்.

'நீங்கள் கையில் உள்ள குச்சியால் துளையிட்டு விதை போடுகிறீர்கள். ஆனால் சமவெளியில் வாழும் மனிதன் டிராக்டரால் நிலத்தைப் பிளந்து ரசாயனங்களை நிலத்தில் கொட்டி, ஒட்டு

3

விதைகளை விதைக்கிறான். இரண்டுக்கும் உள்ள வேற்றுமை என்ன?' என்று கேட்டார். தலைவனின் பதில் இதுதான்.

'டிராக்டர் ஓட்டி ரசாயனம் போடுபவன், தாயின் மார்பைக் கீறி ரத்தத்தைக் குடிக்கிறான். மலையில் வாழ்பவன் இயற்கைத் தாயின் மார்பில் பால் குடிக் கிறான். இயற்கையோடு இயைந்த வாழ்வு நமது முன்னோருக்குப் பழக்க மானது.'

'நெல்லுக்கிறைத்த நீர் வாய்க்கால் வழியோடி' என்று தொடங்கும் அவ்வையின் பாடல் நாம் அறிந்ததே. வாய்க்கால் வரப்பில் வளர்ந்த புல்லை மேய்ந்த பசு பால் கொடுத்தது. மனிதனுக்கு வேண்டப்படாத புல்லை, வைக்கோலை, தவிட் டைத் தின்ற பசு பால் கொடுத்தது. அதாவது குழந்தை உணவு, பைசா செல வில்லாமல் வந்தது. இன்று புல், வைக்கோல், தவிடு மூன்றும் பறிபோனது. 75 சதவிகிதக் குழந்தைகள் சத்துக் குறைந்து சோகை நோயால் வாடுகிறார்கள்.

மற்றொரு எடுத்துக்காட்டைப் பார்ப்போம். 1000 ஆண்டுகளுக்கு முன்பு வாழ்ந்த ஆண்டாள், திருப்பாவையில் உழவு பற்றிச் சொல்கிறார்.

ஓங்கு பெருஞ் செந்நெல் ஊடு கயலுகல
பூங்குவளைப் போதில் பொறிவண்டு கண்படுப்ப
தேங்காதே புக்கிருந்து சீர்த்த முலை பற்றி
வாங்கக் குடம் நிறைக்கும் வள்ளல் பெரும் பசுக்கள்
நீங்காத செல்வம் நிறைந்தேலோ! எம் பாவாய்!

நெல் வயல்களில் மீன்கள் திரிகின்றன. மீன்களின் கழிவு நெற்பயிருக்கு எருவாகிறது. மனிதன் கழிக்கின்ற வைக்கோலும் தவிடும் பசுவுக்கு உணவா கிறது. பசு கழிக்கின்றவை நிலத்துக்கு எருவாகிறது. மனிதனுக்கு அரிசி, மீன், பால் மூன்றும் உணவாகிறது என்கிறார் ஆண்டாள்.

உயர்ந்த நெல் வகை இல்லாது போனால் மீனும் பசுவும் வளர்ந்திருக்க முடியாது. இன்னும்கூட நெல் வயலில் மீன் வளர்ப்பு, சிறந்த உத்தியாகப் பேசப்படுகிறது. புதுக்கோட்டை மாவட்டம் வீரப்பட்டியில் சக்தி கணபதி யின் பண்ணை ஒரு சிறிய பண்ணை. வயல் தலைப்பில் ஆழமான குட்டை வெட்டியுள்ளார். குட்டையில் விரால் குஞ்சுகள் திரிகின்றன. கிணற்றுநீர், மீன் குட்டையைத் தாண்டி நெல் வயலுக்குப் பாய்கிறது. விரால் மீன் குஞ்சுகள் இரவில் வரப்பைத் தாண்டிக் குதித்து நெல் வயலில் மேய்கின்றன. பயிரைத் தின்னும் பூச்சிகளைத் தாவிப் பிடிக்கின்றன. வயலுக்கு எரு இடுகின்றன. நாள் விடியும்போது, வரப்பின் மீது தாவிக் குதித்துக் குட்டையை அடைகின்றன. ரசாயன உரம் போட்டாலோ பூச்சிக்கொல்லி தெளித்தாலோ நெல் வயலில் மீன் வளர்க்க முடியாது. கணபதி செய்வதுபோல் குளக்கரையில் மூலிகை வளர்க்க முடியாது. வாங்கக் குடம் நிறைக்கும் வள்ளல் பெரும் பசுக்களுக்கு நஞ்சற்ற புல்லும், தவிடும் கொடுக்க முடியாது.

குளத்தூர் மாரியம்மாள் விடுகதை போட்டாள்.

'அடி காட்டிலே! நடு மாட்டிலே! நுனி வீட்டிலே!'

புதிராக உள்ளதா? பயிரை அறுவடை செய்யும்போது அடிக்கட்டை, வேர் இவற்றை நிலத்திலே விட்டுவிட்டோம். நடுவில் உள்ள வைக்கோலை மாட்டுக்கு இட்டோம்! நுனியில் உள்ள தானியம் வீடு வந்தது.

அடிக் கட்டையை ஏன் காட்டில் விட்டோம்? அது தின்ன முடியாது. நடுவில் உள்ள வைக்கோலை நாம் உண்ண முடியாது. மாட்டுக்கு இட்டோம். உண்ணக்கூடிய தானியத்தை உரலில் குத்தியபோது தவிடு வந்தது. அது நமக்கு உணவாகாது. ஆதலால் மாட்டுக்குக் கொடுத்தோம். நமக்குத் தேவை யற்றதை மண்ணுக்கு இட்டோம். தேவையற்றதை மாட்டுக்குக் கொடுத் தோம். புல், தவிடு, வைக்கோல், பொட்டு புண்ணாக்கு அனைத்தும் நமக்குத் தேவையற்றவைதானே? மண்ணும் மாடும் நமக்குத் தேவையானவற்றை எல்லாம் கொடுத்தன. பசு கொடுத்த பால் வீடு வந்து சேர்ந்தது. பசு கழித்த சாணமும், சிறுநீரும் நிலத்துக்குச் சென்றன.

சிக்கனமான, சீரும் சிறப்பும் மிகுந்த மூதாதையர் பயிர் செய்த விதத்தை மாரியம்மாவின் விடுகதை விளக்குகிறது. அது மேலும் கொஞ்சம் சொல்லு கிறது. அது இதோ, 'மேல்மட்டத்தின் கழிவு கீழ் மட்டத்தின் உணவு'. மனிதன் கழித்தவற்றை மாடு உண்ணுகிறது. மாடு கழித்தவற்றை பாக்டீரியா, வண்டு உண்ணுகிறது. வண்டு பெற்ற புழுவை கோழி தின்கிறது. கோழியின் கழிவை பூஞ்சை, காளான் உண்கின்றன. அவற்றை மண்புழு விழுங்கி கழிவை உருண்டை, உருண்டையாக வெளியே தள்ளுகிறது. மண்புழு கழித்ததை நீரில் கரைத்துச் செடி உறிஞ்சுகிறது. இப்படியாகச் சக்கரம் சுழல்கிறது. இந்தச் சுழற் சிக்கு இசைய நமது முன்னோர்கள் இயற்கையோடிசைந்த பயிர்த்தொழிலைக் கண்டறிந்திருந்தார்கள்.

இன்றோ உலகத்தில் விளையும் தானியத்தில் பாதிக்கு மேல் பன்றி, கோழி, பசுவுக்குத் தீனியாகிறது. அதனால் உலகெங்கும் மக்கள் பட்டினி கிடக்க நேருகிறது.

மேலே சொன்ன விடுகதை நமக்கு மேலும் சிலவற்றைச் சொல்கிறது. பசுமைப் புரட்சியின் முக்கியமான குள்ளரக வித்துக்களால் வைக்கோல் மறைந்து போனது. நாம் கொலைகாரர்களானோம். 'நீங்காத செல்வம்' என்று ஆண்டாள் போற்றிய பசுமாடுகளை, கசாப்புக் கடைக்கு அனுப்பினோம். பசு பெற் றெடுத்த காளைக் கன்றுகள் நிலத்தை உழுவதற்காக நுகத்தில் பூட்டப்பட்டன. வைக்கோல் இல்லாத நிலையில் அந்தக் காளைகளும் கசாப்புக் கடைக்குப் போய்விட்டன. ஏர் மாடுகளின் இடத்தை டிராக்டர் பிடித்துக் கொண்டது. புல்லை மேயும் பசு, ஆண்டுக்கு ஒரு கன்று போடுகிறது. டீசல் குடிக்கும் டிராக் டர் குட்டி போடுவது இல்லை. ஏரில் நடக்கும் மாடுகள், குறைந்த எடை யுள்ளவை. அவற்றின் சாணமும் சிறுநீரும் நிலத்தில் சேரும்போது, மண் சேறாக மாறுகிறது. மூன்று, நான்கு டன் எடை கொண்ட டிராக்டர் செல்லும்போது, அடி மண், கெட்டி தட்டிப் போய் தண்ணீர் உள் இறங்குவது குறைகிறது.

மாடு சேற்றில் நடக்கும்போது, குளம்பு தேய்கிறது. நிலத்துக்குச் சுண்ணாம்பு, பாஸ்பரஸ் சத்துக் கிடைக்கிறது. டிராக்டர் ஓடும்போது, இரும்பும் ரப்பரும் நிலத்தில் சேர்ந்து நிலத்தை இறுகச் செய்கின்றன.

மாடு செத்துப் போனால் நிலத்தில், மரத்தடியில் புதைக்கிறோம். அது இயற்கை எய்தும்போது மரத்தில் பழமாகி, நமக்கும் உணவாகி, நமது உடலில் இரத்தமும் சதையும் நரம்பும் ஆகிறது. ஓடி ஓய்ந்து போன டிராக்டரை நிறுத்திய இடத்தில் மழை நீர் உள் இறங்காது. மண் நிலம் மலடாகிப் போகும்.

மாட்டுக்கு வைக்கோல் இல்லாமல் போனதால், உழவருக்குப் பால் இல்லாமல் போனது. ஏர் இல்லாமல் போனது. எரு இல்லாமல் போனது. எருவை நிலம் சேர்க்கவும் விளைந்ததை வீடு சேர்க்கவும் வண்டி இல்லாமல் போனது. நீர் இறைக்கக் கமலை, ஏற்றம் இல்லாமல் போனது. அத்துணைக் கும் உழவர் பணம் செலவழிக்க வேண்டியதாயிற்று.

பாக்கெட் பால், டிராக்டர் வாடகை, லாரி வாடகை, மோட்டார் பம்ப், ரசாயன உரம், ரசாயன பூச்சிக்கொல்லி, களைக்கொல்லி அனைத்தையும் வாங்கு வதற்குக் கடன் வாங்கி அதற்கு வட்டியும் வட்டிக்கு வட்டியும் கட்ட வேண்டி யுள்ளது. ஆனாலும் கடன் அடைபடவில்லை. ஆண்டுக்கு ஆண்டு விளைச் சல் குறைகிறது. இடுபொருள் செலவு கூடுகிறது. இடுபொருளுக்கும் விளை பொருள்களுக்கும் வியாபாரியே விலையை முடிவு செய்கிறார். குறைவாக விளைந்த பருவத்தில் கூடுதல் விலை. கூடுதலாக விளைந்த பருவத்தில் விலை குறைவு. அதாவது, கூடுதலாக விளைவித்ததற்காக உழவர்க்குத் தண்டனை.

இதற்கு மாற்றாக நமது முன்னோர்கள் உழவுத் தொழிலை வாழ்க்கையாகவே கொண்டிருந்தார்கள். எனது பாட்டி வெள்ளிக்கிழமை விரதம் இருப்பார். மதிய உணவுக்கு முன்பு ஒரு உருண்டை சோற்றுடன் கொல்லைப் புறம் வருவார். 'கா, கா, கா' என்று காக்கையைக் கூப்பிடுவார். காக்கை வந்ததும் சோற்றை வைத்துவிட்டு வீட்டுக்குள்ளே வருவார். காக்கை மற்ற காக்கை களைக் கூப்பிடும். பத்து காக்கைகளுக்கு ஒரு உருண்டைச் சோறு போதாது. எல்லாமாகத் தோட்டத்தில் உள்ள புழுக்களைப் பொறுக்கும். பயிர்ப் பாது காப்பு வேலை முடிந்தது. செத்துக் கிடக்கும் பாம்பு, பல்லி, எலிகளை உண்ணும். சுற்றுச்சூழல் சுகாதாரம் காக்கப்பட்டது. தோட்டம் முழுவதும் எச்சம் இட்டன. எரு விடல் முடிந்தது. கோடை மாதத்தில் காக்கையின் எச்சத் துடன் வேப்பம் விதையும் விழுந்தது. மழைப் பருவத்தில் விதை முளைத்து, வளர்ந்து மரமும் ஆனது.

வேப்ப மரத்தடியில் கட்டில் போட்டுப் படுத்திருந்தோம். கட்டில் கால்கள் எங்கள் தோட்டத்துப் பூவரச மரத்தில் செய்யப்பட்டவை. கால்களை இணைத்திருக்கும் மூங்கில் எங்கள் தோட்டத்து மூலையில் விளைந்தவை. பின்னியிருந்த கயிறு, புளிச்சை நாரால் ஆனது. பாட்டி, விதைத்திருந்த புளிச்சைக் கீரைச் செடியைத் தண்ணீரில் ஊறவைத்து அலசி எடுத்தார்.

புளிச்சை நார் தயார். என் அப்பாவும் நானுமாக நாரைக் கயிறாக முறுக்கி னோம். உள்ளூர் தச்சாசாரியார் கட்டிலைக் கோத்துக் கொடுத்தார். பக்கத்து வீட்டு மாமா கட்டிலில் கயிற்றைப் பின்னிக் கொடுத்தார். களத்தில் நெல் அடிக்கப்பட்ட ஒவ்வொரு நாளும் ஆசாரியாருக்கு ஒரு மரக்கால் நெல் கொடுத் திருக்கிறோம். பாட்டி வைத்த ஒரு உருண்டைச் சோற்றில் வேப்ப மரம் என்ற ஏர்க்கண்டிசன் இலவசமாகவே வந்தது.

பயிர்த் தொழிலுக்காக ஒரு பைசா பெறுமான பொருள்கூடப் பட்டணத்தில் இருந்து வரவேண்டியது இல்லை. பாரதியார் சொல்லியது இன்னும் சிறப்பானது.

> மானுடர் உழாவிடினும் வித்து நடாவிடினும்
> வரப்பு கட்டாவிடினும் நீர் பாய்ச்சாவிடினும்
> வான் உலகு நீர் தருமேல் மண்மீது மரங்கள்
> வகை வகையாக நெற்கள், புற்கள் மலியுமன்றோ!
> பாடுபடல் வேண்டா! ஊன் உடம்பை வருத்தாதீர்
> உங்களுக்குத் தொழில் இங்கே அன்பு செய்தல் கண்டீர்!

பாரதி வழியைக் கடைப்பிடித்தால் மெய் வருத்தம் பாராமல் விளைவிக் கலாம். நஞ்சில்லாமல் உணவு கிடைக்கும். இதற்கு ஆங்கிலத்தில் பெயர் 'டு நத்திங் ஃபார்மிங்.'

━━━●◉●━━━

வேற்றானும் புகழ்ந்த வேளாண்மை

வேளாண்மை என்றால் வள்ளுவர் காலத்தில் உழவு அல்ல. அது பகுத்துண்டு பல்லுயிர் ஓம்பும் பண்பு. அந்தப் பண்பு உழவர்களிடத்தில் இருந்ததால், பின்னால் வந்தவர்கள் உழவர்களை (நிலக்கிழார்களை) வேளாளர்கள் என்று அழைத் தார்கள்.

இந்த நாட்டை அடிமைப்படுத்திய ஆங்கிலே யர்கள், கொடுங்கோலாட்சி புரிந்தார்கள். அதன் விளைவாகப் பஞ்சம் வந்தது. பஞ்சத்தில் மக்கள் கோடி கோடியாக மாண்டார்கள். வாரன் ஹேஸ் டிங் வங்காள கவர்னராக இருந்தபோது, ஏற்பட்ட பஞ்சம் குறித்து வெள்ளையர்களே நாட்குறிப்பு எழுதி வைத்துள்ளார்கள்.

'உயிர் பிழைத்திருப்பதற்காகப் பலர் பட்டினம் பக்கம் நகர்ந்தார்கள். மிகப் பலர் இறந்தார்கள். இறந்தவர்களை எடுத்துப் புதைக்க ஆள் இல்லை. பிள்ளைகளை விற்றார்கள். சிலர் பிணத்தையே தின்றார்கள்.' இதுபோன்ற பஞ்சம், பத்தாண் டுக்கு ஒருமுறை வந்த வண்ணம் இருந்தது.

இப்படி ஒரு பஞ்சத்தின்போது கிழக்கிந்திய கம்பெனியார் இங்கிலாந்தில் இருந்த ராணிக்கு ஒரு கடிதம் போட்டார்கள். 'இந்தியாவில் உழ வாண்மை பின்தங்கிய நிலையில் இருக்கிறது.

4

ஆலோசனை கூற ஒருவரை அனுப்புங்கள்' என்று கடிதம் போனது. பஞ்சத் திலும் பட்டினியினும் மக்கள் மடிகிறார்கள் என்ற செய்தி வெளியே போனால் உலகத்தார் ஆளும் ஆங்கிலேயர் முகத்தில் காறி உமிழ்வார்கள். இதைத் தவிர்ப்பதற்காகவே இந்தியாவில் உழவாண்மைப் பின்தங்கியுள்ள தாகக் கடிதம் போனது.

ராணி ஒரு நிபுணரையும் அனுப்பி வைத்தார். இந்த நிபுணர் பெயர் ஜான் அகஸ்டஸ் வால்க்கர்.

இந்தியாவுக்கு வந்த வால்க்கர், நம்முடைய நாட்டின் வளத்தையும் வேளாண் முறைகளையும் கண்டு அதிசயித்துப் போனார். ஆபத்தில் சிக்கி இருப்பவர் களைக் காப்பாற்றலாம் என்று வந்தவர், அற்புதமாக வாழ்வதைக் கண்டு அதிர்ச்சியாகிப் போனார். கொஞ்சம் பருத்திக்கொட்டை கொடுத்தால், இந்தியப் பசு கூடுதலாகப் பால் கொடுக்கவல்லது.

ஜான் அகஸ்டஸ் வால்க்கர் தனது அறிக்கையில் கோவை மாவட்ட உழவர் களின் சிறப்பைக் கூறினார். 'கோவை மாவட்ட உழவர்கள் மாடுகளைத் தங்களது குடும்பத்து உறுப்பினர்களில் ஒருவராகப் பார்க்கிறார்கள். தங்கள் உணவுக்கு நிலத்தை ஒதுக்குவதுபோலவே அவர்களின் மாடுகளின் தீவனத் தேவையை நிறைவு செய்வதற்காகத் தனியாக நிலம் ஒதுக்குகிறார்கள். அதில் தீவனச் சோளத்தைப் பயிர் செய்து அறுவடை செய்து போர் வைத்துக் கொள் கிறார்கள். மேய்ச்சல் இல்லாத கோடை காலத்தில், போர் வைத்த நாற்றுச் சோளத்தைப் பயன்படுத்துகிறார்கள்.' இவ்வாறு இந்திய உழவர்களைப் பாராட்டி ஜான் அகஸ்டல் வால்க்கர் எழுதினார்.

நெற்பயிரில் காணப்பட்ட பன்மயம் குறித்துக்கூட வால்க்கர் குறிப்பிட் டுள்ளார். அவர் இப்படிச் சொல்கிறார். 'மலபார் மாவட்டம் (இன்றைய கேரளா) ஒரு சிறிய நிலப்பகுதி. இந்தச் சிறிய நிலப்பகுதியில், 50 வகையான நெல் ரகங்களைப் பார்த்தேன். அத்தனைக்கும் உழவர்கள் பெயர் வைத்து அழைத்ததையும் அவற்றின் பண்புகளை வருணித்ததையும் கேட்க வியப்பாக இருந்தது.'

ஜான் அகஸ்டஸ் வால்க்கரின் ஆய்வறிக்கை நமக்குச் சொல்வது என்ன?

ஆங்கிலேயர்கள் ஆக்கிரமிப்பின்போதுகூட, இந்தியர்கள் கையாண்ட தொழில்நுட்பம் சுயசார்புக்கு ஏற்றதாகவும் இயற்கையோடு ஒட்டியதாகவும் இருந்தது. ஆங்கிலேயர் உழவை வணிகமயமாக்கிய பின்பே இயற்கை ஆதாரங்கள் அழியத் தொடங்கின. எந்தத் தொழில்நுட்பத்தையும் இறக்குமதி செய்யத் தேவை இருக்கவில்லை.

மக்கள் சோறு கிடைக்காமல் சாவதற்குக் காரணம், இங்கே விவசாயம் பொய்த்துப் போனதால் அல்ல; ஆங்கில அரசாங்கத்தின் பகற்கொள்ளைதான் என்பதையும் புரிந்து கொண்டார். இந்திய விவசாயிகளை வானளாவப் புகழ்ந்து விட்டுத்தான் மீண்டும் தாய்நாட்டுக்குத் திரும்பினார்.

வால்க்கர் போலவே இந்திய விவசாயத்தை உச்சிமுகர்ந்து பாராட்டிய இன்னொரு ஆங்கிலேயர் ஆல்பர்ட் ஓவார்டு.

யார் இந்த ஆல்பர்ட் ஓவார்டு? 1905-ஆம் ஆண்டு இங்கிலாந்தில் இருந்து இந்தியா வந்த தாவரவியல் நிபுணர். 'இந்தியாவில் விவசாயிகள் கஷ்டப்படு கிறார்கள்; நீங்கள் போய் கொஞ்சம் முன்னேற்றிவிட்டு வாருங்கள்' என்று சொல்லித்தான் இங்கிலாந்து அரசாங்கம் அவரைக் கப்பலேற்றிவிட்டது. வானத்தையே வில்லாக வளைக்கப் போகிறேனாக்கும் என்கிற ஆசையில் வந்த ஆல்பர்ட்டுக்கும் அதிர்ச்சி. இந்தியாவில் ஆங்கிலேயர் ஏற்படுத்திய ஆராய்ச்சி நிலையத்தை விடவும் இந்திய உழவர் நிலங்கள் செழிப்பாக இருந்தன. அடுத்த ஐந்தாண்டுகளில் உழவர்களின் நிலங்களைப் படித்தார். மனிதன் கால்படாத காடுகளில் சுற்றித் திரிந்தார். காடுகளில் யாரும் ராசயன உரம் போடவில்லை. யாரும் பூச்சியைக் கொல்லவில்லை. அவை அதிக மாகவே இருக்கின்றன. ஆனாலும் செடி கொடி, மரங்கள் செழித்து வளரவே செய்கின்றன. புல், பூண்டு, பூசணங்கள் இருக்கவே செய்கின்றன.

'இது எப்படி?' என்ற கேள்வி ஆல்பர்ட் ஓவார்டு மனத்தைக் குடைந்தது. ஒரு தத்துவம் பிறந்தது. இயற்கையில் 'வாழு! வாழ விடு!' என்ற தத்துவம் நிலவுகிறது என்பதைக் கண்டுகொண்டார்.

இயற்கையில் ஒன்றையொன்று உண்டு வாழ்கின்றன. பறவைகளும் சிலந்தி யும் புழுக்களைத் தின்று வாழ்கின்றன. ஒன்றின் பெருக்கத்தை மற்றொன்று கட்டுப்படுத்துகிறது. பறவைகளின் எண்ணிக்கைகூட பெரு விலங்குகளால் கட்டுப்படுத்தப்படுகிறது. எந்த ஒன்றும் மற்றதை முற்றாக ஒழிப்பதில்லை. அப்படிச் செய்தால் உணவு இல்லாதுபோனால் பெருவிலங்கே மடிய நேரிடும். அதனால்தான் 'வாழு! வாழ விடு!' என்ற தத்துவம் முக்கியம் என்ற முடிவுக்கு வந்தார்.

செடி, கொடிகளை உண்ணும் பூச்சிகள் இரண்டு கருத்துகளை உணர்த்து கின்றன.

'அட முட்டாளே! பருவம் தவறிப் பயிர் செய்கிறாய்!' என்று சொல்கின்றன. அல்லது 'அட முட்டாளே! நீ விதைத்த விதை சொத்தையானது' என்று சொல்கின்றன.

ஆல்பர்ட் ஓவார்டு காலத்தில், ரசாயன உரங்கள் உலகமெங்கும் புகுத்தப் பட்டன. ஓவார்டு அதைக் கண்டித்தார். தோட்டத்து மேல்மண் மிகவும் முக்கியம். ஆதலால் அதைப் பேணுவது முக்கியம் என்பதையும் வலியுறுத் தினார். தாவரக் கழிவுகளும் விலங்குக் கழிவுகளும் இணையும்போது, மண்ணில் கரிமப் பொருளின் அளவு கூடுகிறது. அது நுண்ணுயிர் இயக் கத்துக்கு முக்கியமானது. கழிவுகளைச் சிதைப்பதிலும் தாவரங்களின் கட்டுமானத்திலும், நுண்ணுயிர் பெரும்பங்காற்றுகிறது.

⊶●◉●⊷

மசானோபு ஃபுகோகா

உலகம் முழுவதும் இன்று இயற்கை விவசாயம் வெற்றி நடைபோடுகிறது. இதற்கு அடிப்படை யில் காரணமாக இருந்தவர்கள் சிலர். அவர்களில் மூத்த அறிஞர் மசானோபு ஃபுகோகா.

யார் இந்த மசானோபு ஃபுகோகா?

மசானோபு ஃபுகோகா ஜப்பான் நாட்டு அறிஞர். இவர் புத்தரை நேசிப்பவர். ஜப்பான் நாட்டில் வேளாண் கல்லூரியில் படித்து உயர் பட்டம் பெற்றவர். அங்குள்ள வேளாண் துறையில் பதவி பெற்றார். ஜப்பான் முழுக்க விமானத்தில் டி.டி.டி. நஞ்சைக் கொண்டு தெளிப்பதற்கு ஆணை பிறப்பிக்கப்பட்டது. உயிரைக் கொல் வதற்காக, நஞ்சைத் தூவுவது புத்தர் கூறிய தர்மத் துக்கு விரோதமானது என்று கருதிய மசானோபு அரசுப் பணியைத் துறந்தார்.

மசானோபு, அவரது தந்தையின் நிலத்தில் ஆராய்ச்சியில் இறங்கினார். விவசாயக் கல்லூரி கள் என்னவெல்லாம் செய் என்று சொன்னதோ, அதற்கு நேரெதிராக வேளாண்மையைச் செய்ய ஆரம்பித்தார்.

மசானோபு தன் நிலத்தை உழவில்லை. தன் நிலத்தில் அளவுக்கதிகமாக தண்ணீரைத் தேக்க

5

வில்லை. காசு, பணம் செலவழித்து 'களை' எடுக்கவில்லை. அதிக மகசூல் வேண்டும் என்று உரங்களை வாங்கிக் கொட்டவில்லை. பூச்சிகளைக் கொல்ல எந்த ரசாயன உரத்தையும் தெளிக்கவில்லை.

அவர் செய்ததெல்லாம் இயற்கைக்குப் பங்கம் வராத வேளாண் செயல்கள். எல்லாப் பிரச்னைகளுக்கும் இயற்கையிலேயே தீர்வு இருப்பதைக் கண்டார். அதைக் குலைக்காமல் இருப்பதில் அக்கறை காட்டினார். அவர் வயலில் விளைச்சல் மிகுந்தது.

உழாமல், களை எடுக்காமல் அவர் தோட்டத்தில் நெல், கோதுமை, பார்லி விளைந்தது கண்டு, உலகம் முழுக்க அவர் பெயர் பரவியது. ரசாயன உரங் களையும் பூச்சிக்கொல்லி நஞ்சுகளையும் அளவுக்கதிகமாகக் கொட்டி, நிலத்தைப் பாழ்படுத்தி, வறுமையில் உழன்றவர்களும் சுற்றுச்சூழல் ஆர்வலர்களும் மசானோபுவைத் தேடி ஓடி வந்தார்கள்.

மசானோபு வகுப்பு எடுக்க மாட்டார். எல்லாம் செயல்முறை விளக்கம் தான். அவரிடம் பாடம் படிக்க விரும்பும் மாணவர்கள், மூட்டை முடிச்சு களுடன் அவர் வீட்டுக்கே வந்து தங்க வேண்டும். குருகுல முறையில்தான் படிப்பு. ஒருமுறைக்கு, 20 முதல் 30 மாணவர்களைச் சேர்ப்பார். சேர்ந்த மாணவர்களைப் பல குழுக்களாகப் பிரிப்பார். ஒவ்வொரு குழுவுக்கும் ஒவ்வொரு விதமான வேலை கொடுப்பார். எந்த வேலையாக இருந்தாலும் மாணவர்கள் முகம் சுளிக்காமல் செய்ய வேண்டும்.

ஒவ்வொரு குழுவினருடனும் மசானோபுவும் நேரத்தைச் செலவழிப்பார். அந்த வேலையில் உள்ள சூட்சுமங்களை மாணவர்களைக் கவனிக்கச் சொல்வார். ஒன்றிரண்டு மாதம் அவரோடு வாழும் வாழ்க்கையில், மாணவர் கள் இதுநாள் வரை கவனிக்கத் தவறிய விஷயங்களை கவனிக்க ஆரம்பித் திருப்பார்கள். பேச்சு குறைந்து, இயற்கை என்கிற அற்புதம் ஒன்றோடு ஒன்று பின்னிப் பிணைந்திருப்பதைப் புரிந்து கொள்ள ஆரம்பிப்பார்கள்.

மசானோபுவின் ஆராய்ச்சியின் விளைவாக, மூன்று நூல்கள் வெளிவந் துள்ளன. ஆங்கிலம் அறியாத இந்த ஞானியின் அறிவை மற்றவர்கள் அறிந்து நூலாக வெளியிட்டுள்ளார்கள். இந்த மூன்று நூல்களும் இயற்கை உழ வொண்மைப் பற்றி தெரிந்து கொள்பவர்களுக்கு அரிய புதையலாக அமைந் துள்ளது. இந்த நூல்கள் பின்வருமாறு :

1. ஒரு வைக்கோல் புரட்சி, 2. இயற்கை வழி உழவாண்மை, 3. இயற் கையை நோக்கித் திரும்பும் பாதை.

இப்போது மசானோபு ஃபுகோகாவின் ஒரு வைக்கோல் புரட்சி புத்தகத்தில் இருந்து சில கருத்துக்களைப் பார்ப்போம்.

★ இயற்கை ஒருபோதும் மாறுவதில்லை. அதை நோக்கும் நமது பார்வை தான் காலத்துக்குக் காலம் மாறுபடுகிறது. காலம் எவ்வளவுதான் மாறினா லும் இயற்கை, உழவனின் பாதுகாவலனாக விளங்கும்.

★ இயற்கை உழவாண்மை மென்மையானது; எளிமையானது; அது உழவாண்மையின் ஆதாரத்தை நோக்கி மீண்டும் செல்வது. ஆதாரத்தை விட்டு ஒரு அடி விலகி நடந்தாலும், அது மயானத்துக்கான நேர்வழிதான். மனித அறிவாற்றல் என்பது எவ்வளவு சிறியது என்பதைத்தான் அறிவியல் சொல்லியுள்ளது.

★ இந்த முறை சிலந்தி ஏராளமாக உள்ளது. கடந்த முறை தேரைகள் அதிகம். அதற்கு முன்பு தவளைகள் ஏராளம். மழை அதிகம் பெய்து தவளைகள் பெருகி, சிலந்திகளை விழுங்குகின்றன. மழை குறைவாகப் பெய்யும் போது தவளையோ, இலைப்பூச்சியோ இல்லாமல் போகிறது. சிலந்தி களில் நான்கைந்து வகைகள் உள்ளன. ஒரு கால் ஏக்கர் நிலத்தில் பல லட்சம் சிலந்திகள் இருக்கும். இரண்டு, மூன்று நாள்கள் கழித்து அங்கு சென்று பார்த்தால், பல மீட்டர் நீளமுள்ள வலைகள் அறுந்து ஆடிக் கொண் டிருக்கும். வேதிப் பொருள்கள் தெளிக்கப்படும்போது, சிலந்தி வலைகள் ஒரு நொடியில் அழிக்கப்பட்டு விடுகின்றன.

★ பூமியின் இயற்கை வளம் குறித்து உங்களுக்குப் புரிய வேண்டுமெனில், மனிதனின் கால்படாத காட்டுப் பகுதிகளுக்குச் சென்று அங்குள்ள மரக்கூட்டங்களைப் பாருங்கள். அவற்றுக்கு யாரும் உரம் போடவில்லை. யாரும் நஞ்சு தெளிக்கவில்லை. இன்றுகூடப் பெரும்பாலான மக்கள் பூச்சிக்கொல்லி மருந்துகளை தெளிக்காது போனால், பயிரும் பழ மரங் களும் நாசமாகிவிடும் என்று உறுதியாக நம்புகிறார்கள். வேதிப்பொருள் களைத் தெளிப்பதன் மூலம், பாதிப்பு தாற்காலிகமாக நிறுத்தப்படுகிறது. இது வருங்காலத்தில் அதிக பிரச்னைகள் தோன்றுவதற்கே வழி வகுக்கிறது.

★ நெல் விதைகளை விதைத்துவிட்டு அப்படியே விட்டுவிட்டால், பெரும் பாலான சமயங்களில் விதைகளை எலியும் பறவையும் தின்று தீர்த்து விடும். அதனால் அவைகளை நான் களிமண்ணுடன் சேர்த்து உருண்டை யாக உருட்டி நிலத்தில் இடுகிறேன். உழாமல் முதல் முறையாக வெற்றி கரமாக நெல் பயிர் செய்தபோது, கொலம்பஸ் அமெரிக்காவைக் கண்டு பிடித்தபோது எவ்வளவு மகிழ்ச்சி அடைந்தாரோ, அவ்வளவு மகிழ்ச்சி அடைந்தேன் நான்.

★ நெல் பயிர் அறுவடைக்குப் பின்பு, வைக்கோல், உமி ஆகியவைகளை நிலத்தில் பரப்ப வேண்டும். பரப்பப்படும் வைக்கோல், மண் அமைப்பை நெறிப்படுத்தி, பூமியில் வளத்தைக் கூட்டுகிறது. அதனால் ரசாயன உரங்களுக்கு வேலையில்லாமல் போகிறது. ஜப்பான் நாட்டிலே என்வயல் ஒன்றுதான் கடந்த 20 ஆண்டுகளுக்கும் மேலாக உழப்படாமல் இருந்து வருகிறது. ஆனாலும் ஒவ்வோர் ஆண்டும் நிலத்தின் வளம் அதிகரித்து வருகிறது.

★ களிமண் உருண்டையில் விதையை வைத்து, முதல் பயிர் அறுவடைக்கு முன்பாகவே விதைத்து விடுகிறேன். அறுவடைக்குப் பின்பு வைக்கோ லால் மூடும்போது, விதைகள் நன்றாக முளைவிடும். அதிகமாக மழை

பெய்தால்கூட அவை அழுகுவது இல்லை. களிமண் உருண்டைகளை நிலத்தில் விதைக்கும்போது, குருவிகளின் தொல்லையும் குறைகிறது.

★ நிலத்தில் நீர் தேக்கி வைக்கப்படுவதற்கு முக்கியக் காரணம், களைகளைக் கட்டுப்படுத்துவதுதான். நீர் நிறுத்தாமல் பயிர் செய்யும்போது, ஒருசில குறிப்பிட்ட களைகள் மட்டுமே வாழ இயலும் அவைகளையும் கையாலோ, சிறு கருவியின் உதவியாலோ நீக்கிவிட முடியும். அதிகம் நீர் தேக்கி வைக்கப்படாத நிலத்தில் விளையும் பயிர்கள், உயரமாக வளர் வதில்லை. சூரிய வெளிச்சம் பரவலாகச் செடியின் அடிவரைச் செல்கிறது, ஆறு நெல் மணிகளை உருவாக்க ஒரு சதுர அங்குல இலை போதுமானது. ஒரு கொத்தில் 100 மணிகளை உருவாக்க, ஒரு தண்டுக்கு மூன்று நான்கு இலைகளே போதும். நான் கொஞ்சம் நெருக்கமாகவே விதைப்பேன். அதனால் ஒரு சதுர அடிக்கு 250 முதல் 300 மணிகள் வரை உள்ள கதிர்கள் விளைகின்றன. ஒரு விதையில் இருந்து 20 முதல் 25 வரை சிம்புகள் வெடிக்கின்றன.

★ என்னைப் பொறுத்தவரை, விதைகளைப் பாத்தியில் வீசுவதே சிறப்பான தாகும். களைகளும் தீவனப் பயிரும் நெருக்கமாக இல்லாத இடத்தில் காய்கறி விதைகளைத் தூவிவிட வேண்டும். கோழிகள் சிலவற்றைத் தின்றுவிடும். ஆனாலும் நிறைய விதைகள் முளைவிட்டு வளரும். விதை களைத் தூவாமல் வரிசையாக நட்டால் கோழிகள், வண்டுகள் மற்றும் பிற பூச்சிகள் தின்றுவிட வாய்ப்பு உண்டு. ஏனெனில் அவை நேர்கோட்டில் நடக்கும்.

★ தக்காளிச் செடியை தூக்கி நிறுத்துவதை விடுத்து தரையில் படர அனு மதிக்க வேண்டும். இது அதிகப் பலனை அளிக்கும். அறுவடை செய்யும் போது உருளை, சோம்பு போன்றவற்றில் சிலவற்றை அப்படியே விட்டு விட வேண்டும். உருளை, சோம்பு போன்றவை ஒவ்வோர் ஆண்டும் அதே இடத்தில் களைகளை மீறி வளர்ந்துவிடும். கடினமான நிலத்தில் முதலில் முள்ளங்கியைப் பயிரிட வேண்டும். அவை பூமியைக் கிளறிக் கொடுத்து நிலத்தை மிருதுவாக்கிவிடும்.

★ நிலத்துக்கு ரசாயன உரங்களும் பூச்சிக் கொல்லி நஞ்சுகளும் பயன்படுத் தப்படாவிட்டால், இப்பொழுது உள்ள விளைச்சல் 10-ல் ஒரு பங்கு குறையலாம். ஆனால் இயற்கையின் சக்தி நம் கற்பனைக்கு அப்பாற் பட்டது. முதற்கட்ட இழப்புக்குப் பிறகு விளைச்சல் அதிகரிக்கும். வெகு விரைவிலேயே முதலில் எடுத்த விளைச்சலை மிஞ்சிவிடும்.

★ பலவகையான களைகள் விளையும் எப்பகுதியிலும் காய்கறிகளைப் பயிரிடலாம். பல வகையான களைகளும் புற்களும் இருக்கின்றன என்றால், காய்கறிகளுக்குப் பல விதமான சத்துகளும் கிடைக்கும் என்பது பொருள். இத்தகைய மண்ணில் விளையும் பயிர்கள், நல்ல சுவையும் மணமும் உடையனவாக இருக்கும்.

★ வேகம், அதிகம் போன்ற வளர்ச்சியின் தாரக மந்திரங்களே இன்று சமுதாயம் உடைந்து நொறுங்கிப் போனதற்குக் காரணமாகும். இவை மனிதனை இயற்கையில் இருந்து பிரித்துவிடவே பயன்பட்டன. ஆசையில் ஈடுபடுபவரை அறவே விடுத்து ஆன்ம விழிப்புணர்வை நோக்கி விரைய வேண்டும்.

★ வேளாண்மையில் மாபெரும் இயந்திர உபயோகத்தில் இருந்து மாறி, உயிரோட்டம் மிகுந்த சிறிய அளவு உழவாண்மைக்குச் செல்ல வேண்டும். பொருள் ஆசையும் நாகரிக உலக உணவுப் பழக்கங்களும் மிகச் சாதாரண விஷயமாகக் கருதப்பட வேண்டும். இப்படிச் செயல் பட்டால், வேலை சுகமாக இருக்கும். ஆன்ம சுதந்தரம் கிடைக்கும்.

★ மருத்துவர்கள் நோயாளிகளைக் கவனித்துக் கொள்கிறார்கள். இயற்கை ஆரோக்கியமானவர்களைக் கவனித்துக் கொள்கிறது. இயற்கைச் சூழலில் நோய் அண்டாதவாறு வாழ்வதே சிறந்தது.

மசானோபு காட்டிய வழியில் நம் தமிழ்நாட்டு விவசாயிகள் வேளாண்மை செய்ய ஆரம்பித்தால், விளைச்சல் இல்லை என்கிற பேச்சையே காதில் கேட்க முடியாது.

━━●∙◉∙●━━

பூச்சிக் கொல்லியா? மனிதக் கொல்லியா?

சமீபத்தில் மாலை முரசு பத்திரிகையில் ஒரு செய்தி. ஓர் உழவர் தனது தக்காளிச் செடியில் மருந்து தெளித்தார். சற்று நேரத்துக்குப் பிறகு, அவரது 11 வயது மகள் தக்காளிச் செடியில் உள்ள தக்காளிப் பழத்தைப் பறித்துத் தின்றாள். சில நிமிடங்களில் செத்துப் போனாள். இது கொலையா? தற்கொலையா? அப்பா செய்த தவறுக்கு மகள் சாகலாமா?

உழவர் என்பவர் யார்? உலகுக்கெல்லாம் உணவ ளிப்பவர். இவர் உணவை நஞ்சாக்கலாமா? தக்கா ளியை, வெண்டைக்காயை, கத்தரிக்காயை, முட்டைக்கோசை, காலிஃப்ளவரை, கேரட்டை, கிழங்கை, அரிசியை, கோதுமையை நஞ்சாக் கலாமா? இது எப்படி ஏற்பட்டது? நஞ்சை மருந்து என்று சொல்லி விற்றார்கள். பூச்சி மருந்து என்று சொல்லிக் கொடுத்தார்கள். இந்த மருந்து பூச்சியைக் கொல்வது இல்லை. ஆனால், ஆள் களைக் கொல்கிறது. விவசாயம் விளைச்சல் கொடுக்காத போதெல்லாம் இதைக் குடித்துத் தானே இந்திய உழவர்கள் தற்கொலை செய்து கொள்கிறார்கள்? பூச்சிக் கொல்லியால் பூச்சி சாகவில்லை. மனிதன் சாகிறான். அப்படியானால் அது பூச்சிக் கொல்லியா? மனிதக் கொல்லியா?

6

நாம் பட்டுப் புழுவைப் பார்த்திருக்கிறோம். அதற்கு நான்கு பருவம் இருக்கிறது. பட்டுப்பூச்சி முட்டையை அட்டையில் வாங்கி வருகிறோம். முட்டை உடைந்து புழு வெளியே வருகிறது. இருபது நாட்களுக்குப் புழு இலையயைத் தின்று விரல் பருமனுக்கு வளர்கிறது. பிறகு தன் உடலைச் சுற்றி நூலை நூற்றுக்கொண்டு உறங்குகிறது. ஒரு வாரத்தில் கூட்டை உடைத்துக் கொண்டு 4 இறக்கை 6 காலுடன் வண்ணத்துப்பூச்சியாக வெளியே பறக்கிறது. பின்னர் இலைமீது அல்லது அட்டை மீது அமர்ந்து முட்டை இடுகிறது. இப்படித்தான் காயைத் தின்னும் எல்லாப் பூச்சிகளுக்கும் நான்கு பருவம் உள்ளது.

பருத்தி, தக்காளி, கத்தரி, மிளகாய், வெண்டைச் செடிகளில் காயைத் தின்னும் பூச்சிகளுக்கும் நாலு பருவம் உண்டு. புழுப்பருவத்தில்தான் அது காயைத் தின்கிறது. பின்பு அது கூட்டுக்குள் இருந்து உணவு இன்றி உறக்க நிலையில் அசையாது கிடக்கிறது. உருமாற்றம் அடைகிறது. 8 முதல் 15 நாள்களில் நாலு இறக்கை, ஆறு கால் உள்ள அந்துப்பூச்சியாக வெளியே வருகிறது. அது 8 நாள்கள் உயிரோடு இருந்து முட்டை இடுகிறது. முட்டையிலிருந்து மூன்று, நான்கு நாள்களில் புழு வெளிவந்து பூ மொட்டை, காயைத் தின்னத் தொடங்குகிறது. நாம் நஞ்சைத் தெளிக்கும்போது, காயைத் தின்னும் புழு சாகிறது. ஆனால் காயைத் தின்னாதக் கூட்டுப்புழு, தாய் அந்துப்பூச்சி, முட்டை ஆகியவை சாகவில்லை.

நஞ்சு தெளித்து இருபது நாள் கழித்து வெளிவரும் புழு, குறைந்த நஞ்சைத் தின்றுப் பிழைத்துக் கொள்கிறது. பிறகு நஞ்சுக்கு எதிர்ப்புச் சக்தியை வளர்த்துக் கொள்கிறது. பருத்திக் காய்ப்புழு மட்டும் 300 சதவிகிதம் எதிர்ப்புச் சக்தியை வளர்த்துக்கொண்டு விட்டது. ரசாயனப் பூச்சிக் கொல்லி தெளித்துப் பூச்சியைக் கொல்ல முடியாது என்ற நவீன விவசாயம் வந்துவிட்டது. ஆனால் நஞ்சு, செடியில், காயில் தங்கிப் பருத்திப்பிஞ்சும் நஞ்சாகிறது. நூலாக்கி, துணியாக்கி உடையாக்கிய பின்பும் நஞ்சு இருந்து ஒவ்வாமையை உண்டாக்கு கிறது. ஆதலால், வெளிநாட்டவர் பூச்சிக்கொல்லி தெளிக்காத பருத்தி கேட்கிறார்கள்.

இதன் மூலம் பூச்சிக்கொல்லிகளைப் பயன்படுத்தாமல் பருத்தியை மட்டு மல்ல, எல்லாவிதமான பயிர்களையும் வளர்க்க முடியும் என்கிற உண்மை வெளிவருகிறது. அது மட்டுமல்ல, அப்படி விளைவிக்கப்படும் பொருள் களுக்குக் கூடுதல் விலையும் கிடைக்கும். மனித உயிர்களைக் குடிக்கும் இந்தப் பூச்சிக்கொல்லிகள், நம் வயல்களுக்குள் புகுந்தது வெறும் 50 ஆண்டு களுக்கு முன்புதான். ஆனால், பத்தாயிரம் ஆண்டு காலமாக வேளாண்மை செய்து வந்தவர்கள் நம் முன்னோர். பூச்சிக்கொல்லி இல்லாத அந்தக் காலத்தில் நம் முன்னோர்கள் எப்படிப் பூச்சிகளைக் கட்டுப்படுத்தினார்கள்?

முதலில் நாம் தெரிந்துகொள்ள வேண்டிய விஷயம், நம் கண்ணில் படும் எல்லாப் பூச்சியும் நம் பகைவர்கள் அல்ல. பூச்சிகளில் நமது நண்பர்களே நிறையப் பேர் இருக்கிறார்கள். தேன் கொடுக்கும் தேனீ, பட்டு நூல்

கொடுக்கும் பட்டுப்புழு இவற்றை எடுத்துக்காட்டாகச் சொல்லமுடியும். இறக்கையுடன் கூடிய பூச்சிகள் தேன் உண்பதற்காகப் பூப்பூவாக தேடிப் போகின்றன. அப்போது அந்தப் பூவில் உள்ள மகரந்தம் பூச்சியின் உடலில் ஒட்டிக் கொள்கிறது. பூச்சி, அடுத்த பூவில் அமரும்போது உடம்பில் ஒட்டி யிருந்த மகரந்தம் சூல் முடியில் படிகிறது. பிறகுதான் விதையே பிடிக்கிறது. வேற்று மகரந்தச் சேர்க்கை நடைபெறும் பயிர்களில் பூச்சி நடமாட்டம் இல்லாது போனால், விதையே பிடிக்காது. ஆக, பூச்சிகள் இல்லாவிட்டால் இந்த உலகுக்கு எதிர்காலமே இல்லை.

சில வகைப் பூச்சிகள், மற்ற பூச்சிகளை உண்டு நமக்கு நன்மை செய்கின்றன. நாம் பூச்சிக்கொல்லி நஞ்சைத் தெளிக்கும்போது, முதலில் மடிவது நமக்கு நன்மை செய்யும் பூச்சிகள்தான். புழுப்பூச்சிகளை உண்ணும் பூச்சிகள் மடிவ தால், செடியையும் காயையும் தின்னும் பூச்சிகள் அதிகமாகின்றன. வேறு வகையில் சொன்னால், பூச்சி மருந்து தெளிப்பதனாலேயே செடியுண்ணும் பூச்சிகள் பெருகிவிட்டன.

இந்த உண்மையைத் தெரிந்து கொண்ட பிறகு, ஏன் விஷத்தைத் தெளிக்க வேண்டும்? எதற்காக விஷத்தைச் சாப்பிட வேண்டும்? புற்றுநோய், சிறுநீரகக் கோளாறு, நரம்புத் தளர்ச்சி, மூளை பாதிப்பு, மாரடைப்பு எனப் பலவிதமான துன்பத்துக்கு ஆளாக வேண்டும்? பூச்சிக்கொல்லி நஞ்சு உற்பத்தி செய்து, விற்று வருபவர்கள் லாபம் சம்பாதிப்பதற்காக மட்டுமே பூச்சி களையும் மக்களையும் பலி கொடுக்கிறோம்.

பூச்சிகள் மற்றப் பூச்சிகளை எப்படிப் பிடிக்கின்றன என்பதைப் பாருங்கள்.

செடிகளில் சிலந்திவலை பின்னியிருப்பதைப் பார்த்திருப்பீர்கள். எந்தப் பொறியாளரும் நம் சிலந்தியிடம் தோற்றுப் போவார். அவ்வளவு நேர்த்தி யாக வலை பின்னுகிறது சிலந்தி. அதில் வந்து சிக்கும் ஈ, அந்துப்பூச்சி, வண்ணத்துப்பூச்சியை கடித்துச் சாற்றை உறிஞ்சித் தன் பசியை ஆற்றிக் கொள்கிறது. வற்றி உலர்ந்துபோன பூச்சி, சருகாகிக் கீழே விழுகிறது. செடி, கொடிகள், முட்புதர்களைக் கவனியுங்கள். சிலந்திகளில் பல வகை உண்டு.

குளவியைப் பார்த்திருக்கிறோம். மண்ணைக் கொண்டு வந்து சுவற்றில் அல்லது கதவில் தனது கூட்டைக் கட்டுகிறது. உடைத்துப் பாருங்கள், உள்ளே பல அறைகள் இருக்கும். ஒவ்வோர் அறையிலும் ஒரு புழுவைப் பிடித்து வந்து வைக்கிறது. அந்தப் புழுதான், நமது பருத்திக்காயைத் தின்னும் புழு. காய்ப்புழுவின் உடலில் நஞ்சை இறக்கி மயங்கச் செய்கிறது. பிறகு தனது முட்டையைப் புழுவுக்குள் இடுகிறது. குளவியின் முட்டையில் இருந்து வெளிவரும் குளவிக்குஞ்சு, காய்ப்புழுவைத் தின்று வளர்ந்து கூட்டுப் புழுவாகிப் பின் குளவியாக வெளியே வருகிறது. அன்றாடம் நம் கண்ணில் படும் காட்சி இது. சோதித்துப் பாருங்கள்.

குளவிகளில் பலவகை உண்டு. ஒரு குளவி காய்ப்புழுவின் முட்டை மீது உட்கார்ந்து ஊசி குத்துவதுபோல் தனது முட்டையைக்காய்ப்புழு முட்டைக்குள்

செலுத்துகிறது. குளவியின் முட்டை பொறித்து புழு வந்து காய்ப்புழுவைச் சாப்பிடுகிறது. பிறகு வெளியே வந்து காய்ப்புழுவின் முட்டையைத் தேடிப் பறக்கிறது. எறும்புக்கு இறக்கை முளைத்தது போல் இன்னொரு குளவி உள்ளது. இது காய்ப்புழுவின் உடம்புக்குள்ளேயே முட்டையைத் திணிக்கிறது. இன்னொரு குளவி கட்டெரும்பைப்போல இருமடங்கு பெரிதாக உள்ளது. அது காய்ப்புழுவின் கூட்டுப் புழுவுக்குள்ளேயே முட்டையிடுகிறது.

இப்படித்தான், தட்டான்பூச்சி, பொறிவண்டு, மூக்குவண்டு, மென்சிறகி, தோட்டத்து ஈ, கட்டெறும்பு, குச்சிப்பூச்சி போன்ற இன்னும் பல பூச்சிகள் உழவர்க்குத் தோழனாக உலா வருகின்றன. காசு கொடுத்து வாங்கித் தெளிக்கும் நஞ்சால் நமது தோழர்களே முதலில் மடிகிறார்கள். உழவர்கள் கண் திறந்து பார்க்க வேண்டும்.

வேலியோரத்துக் குச்சியில் உட்கார்ந்திருக்கும் கரிச்சானைப் பாருங்கள்; காக்காயைப் பாருங்கள்; மைனாவைப் பாருங்கள் அவை இலையை உண்ணும் புழுவைப் பிடித்து உண்ணுகின்றன. துணி காய வைப்பதற்குக் கொடி கட்டுவோமே, அதுபோலத் தோட்டத்தில் நான்கைந்து இடத்தில் குச்சி நட்டுக் கயிறு (கொடி) கட்டி வையுங்கள். குருவிகள் வந்தமர்ந்து புழு பிடித்துண்ணட்டும்.

எருக்கு, ஊமத்தை, சோற்றுக் கற்றாழை, பிரண்டை, துளசி, வேம்பு, நொச்சி, சீத்தா, பீநாரி போன்ற இலைகளை நசுக்கி, மாட்டு மூத்திரத்தில் ஊறவைத்து, பத்து நாள் கழித்துப் பத்துப் பங்கு தண்ணீர் சேர்த்துப் பயிர் மீது நமது உழவர்கள் தெளிக்கிறார்கள். பயிர் பாதுகாக்கப்படுகிறது. வெள்ளைப் பூண்டு, இஞ்சி, பச்சைமிளகாய், பெருங்காயம் நான்கையும் இடித்து ஓர் இரவு ஊற வைத்துத் தெளித்தால் போதும் பயிர் பாதுகாக்கப்படுகிறது. நோயற்ற வாழ்வுக்கு நஞ்சற்ற உணவு நமக்குத் தேவைதானே? செலவில்லாப் பயிர் பாதுகாப்பு முறை இது, செய்து பாருங்கள். பல்லாயிரக் கணக்கில் இன்று உழவர்கள் இயற்கை வழி உழவாண்மையைக் கடைப்பிடிக்கிறார்கள்.

இத்தருணத்தில் இன்னும் ஒரு சோதனை நமக்கு முன் வந்து நிற்கிறது. இதற்குப் பெயர் பி.டி. விதைகள்.

ஒரு மாதம் முன்பு தர்மபுரி, சேலம் உழவர்கள் கண்ணீர் விட்டு அழுதார்கள். காரணம், அவர்கள் பயிர் செய்திருந்த பருத்திச் செடியில் காய் வெடிக்க வில்லை. 4000 ஏக்கர் நிலத்தில் விளைச்சல் இல்லாமல் போனது. மான் சான்ட்டோ மற்றும் மகிக்கோ கம்பெனிக்காரர்கள் ஒன்றரைக் கோடி ரூபாய் நஷ்ட ஈடு கொடுத்திருக்கிறார்கள். விதை விற்றே சம்பாதிக்கும் இக்கம் பெனிகள், பகட்டாக விளம்பரம் செய்கிறார்கள். கட்டுக்கதைகளை அவிழ் த்துவிடுகிறார்கள். 'விவசாயிகளே விழித்தெழுங்கள்' என்ற புத்தகத்தில் ஆசிரியர், ஆர்.ரவிக்குமார் எழுதியுள்ள சில கருத்துக்களைப் பார்ப்போம்.

'மக்களின் தேவைக்காக லாப நோக்கமற்ற எதிர்காலத் திட்டங்களோடு செயல்படுத்தப்படும் ஆய்வுகளே உண்மையான விஞ்ஞானம். பி.டி. விதை

கம்பெனிகளின் லாபத்தை நோக்கமாகக் கொண்டே உற்பத்திச் செய்து விநியோகிக்கப்படுகிறது.

மரபணு மாற்றம் செய்யப்பட்ட விதை, நமது பாரம்பரிய விதைகளிலிருந்து முற்றிலும் வேறுபட்டது. இன்று கோடானு கோடி டாலர்கள் செலவு செய்து, மலடாக்கும் விதைகளை உற்பத்திச் செய்கிறது, மான்சேன்டோ என்னும் பன்னாட்டுக் கம்பெனி. பி.டி. விதை முளைத்து வளரும். வளரும் செடியில் விளையும் விதை மலடாகிப் போகும்.

பேசில்லஸ் துரிஞ்சியென்சிஸ் என்னும் பாக்டீரியாவில் உள்ள ஒரு மரபணு வைப் பிரித்து பருத்தி, தக்காளி, கத்தரி, பீர்க்கு, பாகல், வெண்டை, சோளம், சோயா, உருளை போன்ற பயிர் விதைகளில் பொருத்துகிறார்கள். இந்த பி.டி. என்னும் பாக்டீரியா ஒரு நஞ்சைச் சுரக்கிறது. இந்த நஞ்சு, மகரந்தத்தை மலடாக்குகிறது. பேசில்லஸ் துரிஞ்சியென்சிஸ் பாக்டீரியா சுரக்கும் நஞ்சு, செடி முழுவதும் பரவுகிறது. தக்காளி, வெண்டைக்காய், கத்தரிக்காய் நஞ்சா கிறது. அதனால், காயைத் தின்னும் புழு செத்துப் போகிறது என்று கம்பெனி சொல்கிறது. காயைத் தின்னும் புழு செத்துப் போனால் தக்காளி, கத்தரி, வெண்டையைத் தின்னும் மனிதர்கள் என்ன ஆவார்கள்? பருத்திக் கொட்டையைத் தின்னும் மாடு என்னவாகும்?

அமெரிக்காவில் பி.டி. உருளைக்கிழங்கைக் கொடுத்து எலிகளில் சோதனை செய்தார்கள். குடல் நைந்து போனது. குடலுறிஞ்சிகள் அழுகிப் போயின.

தவளையின் மரபணுவை உருளைக் கிழங்கில் புகுத்துகிறார்கள். மீனின் மரபணுக்களைத் தக்காளியில் புகுத்துகிறார்கள். மின்மினிப் பூச்சியின் மரபணுவைப் புகையிலையில் புகுத்துகிறார்கள்.

காய்ப்புழுவைக் கட்டுப்படுத்த மட்டுமே பி.டி. விதை உற்பத்தி செய்யப் பட்டுள்ளது. விளைச்சல் உயரும் என்று பொய் சொல்கிறார்கள். மகாராஷ் டிராவில், ஆந்திராவில், தருமபுரியில் விளைச்சல் குறைந்து போனதைக் கண் கூடாகப் பார்த்திருக்கிறார்கள்.

பி.டி. பருத்தி விதையை 1500 ரூபாய்க்கு விற்றனர். எதிர்ப்புக் கிளம்பியதால் 750 ரூபாய்க்கு விற்கிறார்கள். முன்னர் உழவர் கொடுத்தது 250 ரூபாய்தான். மற்ற விதைகள் காணாமல் போன பிறகு எந்த விலைக்கும் விற்கத் திட்டமிடு கிறார்கள்.

விதையோடு சேர்த்து களைக்கொல்லியையும் விற்கிறார்கள். அது தெளித்தால் நிலமும் மலடாகிப் போகிறது.

இதைப் படிக்கிற நண்பர்கள், உண்மைகளை எடுத்துச் சொல்லி உழவர்கள் படுகுழியில் விழுவதைத் தடுத்து நிறுத்த வேண்டியது தங்களது கடமை என்று உணர வேண்டும். நாட்டைக் காப்பாற்ற வேறு ஒரு சிறந்த பணி எதுவும் இருக்க முடியாது.

பழமொழிகள்

விலங்குகளில் மனிதர்கள் மட்டுமே தெளிவான மொழியில் பேச வல்லவர்கள். ஆனாலும் ஒரு சில வரிகள் மட்டுமே காலத்தை வென்று காற்றிலேயே நின்று நிலவுகின்றன. இவைகள் மனிதர்களின் அறிவுச் செல்வமாக விளங்கு கின்றன. இவற்றைப் பழமொழிகள் என்று சொல் கிறோம். இங்கு உழவுடன் தொடர்புடைய சில பழமொழிகளைப் பார்ப்போம்.

'வானை அளப்போம்; கடல் மீனை அளப்போம்' என்று பாரதி பாடினான். வானத்து மீனைப் பற்றி ஒரு பழமொழி சொல்கிறது. 'தெற்கே போன வெள்ளி வடக்கே வந்தால் மழை' என்று. மழை வருவதை சில அறிகுறிகளைக்கொண்டு முன் கூட்டியே சொல்லும் அறிவைப் பெற்றிருந்தனர் நம் முன்னோர்கள். வானிலையை யாரோ கணித்துச் சொல்வார்கள்; நாம் அதைக் கேட்டு நடக்க வேண்டியயதுதான் என்கிற மாதிரி இல்லா மல், எளிதாக யார் வேண்டுமானலும் வானிலை அறிக்கையை வாசிக்கக் கற்றுக் கொடுத்தனர் நம் முன்னோர்கள். இதோ அப்படி நான்கு பழ மொழிகள்:

'தவளை கத்தினால் தானே மழை'
'அந்தி ஈசல் பூத்தால் அடை மழைக்கு

லட்சணம்'
'தும்பி பறந்தால் தூரத்தில் மழை'
'எறும்பு ஏறில் பெரும்புயல் வரும்'

எந்த மழை மண்ணுக்கு நல்லது என்பதையும் அற்புதமாகக் கணித்திருந் தார்கள் நம் முன்னோர்கள். அவை இதோ:

'மார்கழி மழை மண்ணுக்கு உதவாது'
'தை மழை நெய் மழை'
'தை பிறந்தால் தலைக் கோடை'
'மாசிப் பனி மச்சையும் துளைக்கும்'

மாசி மாதம் குளிர் மிகுந்து இருக்கும். ஆதலால், கூரை வேய்ந்த வீட்டில் உறங்குவது சாலச் சிறந்தது. இதைச் சொல்கிறது ஒரு பழமொழி.

'தையும் மாசியும் வெய்யகத்து உறங்கு'

உழவர்கள் தண்ணீர்த் தேவையை நன்கு அறிவார்கள். அது மட்டுமல்ல, எந்த நீர், நிலம் பயக்கும் என்பதையும் அறிவார்கள். பழமொழியைப் பார்ப்போம்.

'ஊற்றுப் பாய்ச்சல் ஆற்றுப் பாய்ச்சல் பத்து குழியும் சரி'
'ஏரிப் பாய்ச்சல் நூறு குழியும் சரி'

கண்ட இடத்திலும் மண்ணைத் தோண்டி கிணற்றில் தண்ணீர் காண முடியாது. ஆதலால், 'புத்துக்கண்டு கிணறு வெட்டு' என்று சொல்வார்கள்.

நீர் இருந்தாலும் நிலம் பார்த்துப் பயிர் செய்ய வேண்டும். நெல்லுக்கு நீர் அதிகம் தேவை. ஆதலால் பழமொழி இப்படிச் சொல்கிறது.

'வெள்ளமே ஆனாலும் பள்ளம் பார்த்துப் பயிர் செய்'

கரிசல் மண் பூமியில் ஈரப்பிடிப்பு அதிகம். ஆதலால் கரிசல் மண்ணே சிறந்தது. இதோ ஒரு பழமொழி.

'காணி தேடினும் கரிசல் தேடு'

உள்ள நிலம் களர் நிலம் என்றால் ஊரை விட்டு ஓட முடியாது. களர் நிலத்தைத் திருத்துவது எப்படி?

'களர் நிலம் கெட, பிரண்டையைப் புதை'

நிலத்தின் தன்மையை முளைத்துள்ள செடி காட்டும். இதை ஒரு பழமொழி சொல்கிறது.

'நன்னிலம் கொழுஞ்சி! நடுநிலம் கரந்தை! கடைநிலம் எருக்கு'

பாதை ஓரம் பயிர் செய்தால் விளைச்சல் எடுப்பது எளிதல்ல என்று சொல்கிறது ஒரு பழமொழி.

'வழி ஓரம் கழனி வைக்கோலுக்குத் தந்தேன்'

இதனைப்போல் மற்றொரு பழமொழி.

'ஊர் ஓரத்தில் கொல்லை! உழுதவனுக்குப் பயிர் இல்லை'

நீரும் நிலமும் இருந்தாலும் பருவம் பார்த்து விதைப்பது அவசியம்.

'பருவத்தே பயிர் செய்'

எல்லோருக்கும் பழக்கமான பழமொழி இது.

'ஆடிப்பட்டம் தேடி விதை'

உணவின்றி உயிர் வாழ்க்கைச் சாத்தியமில்லை. ஆதலால் உழவர் கை முடங்கினால் துறவிக்கும் உணவு கிடையாது. இதை ஒரு பழமொழி சொல்கிறது.

'உழுதொழில் நிற்கில் மறுதொழில் நடவா'

பருவம் அறிந்திருந்த போதும் பருவமழை இல்லையேல் பயனில்லை. இதைச் சில பழமொழிகள் சொல்கின்றன.

'விண் பொய்த்தால் மண் பொய்க்கும்'

விட்டு விட்டுப் பெய்யும் மழையைவிட, விடாமல் பெய்யும் தூவானம் நல்லது. காலம் அறிந்து பெய்யாத மழையும் நேரம் அறிந்து உண்ணாத உணவும் சரியல்ல. கண்ணில் படும் அறிகுறிகளை வைத்து மழை வரும், வராது என்று சொல்லி வைத்தார்கள் நம் முன்னோர்கள்.

'கோடை இடியும் மாரி மின்னலும் மழை'
'அந்தி கிழக்கு அதிகாலை மேற்கு குறடு போட்டால் வாராத மழை வரும்'
'அடிவானம் கருகினால் அப்பொழுதே மழை'
'புரட்டாசி பெருமழை, ஐப்பசி அடைமழை, கார்த்திகை கனமழை'

மாரிக் காலத்தில் தென்றல் வருவது தீது இதைச் சொல்கிறது ஒரு பழமொழி.

'மாரித் தென்றலடித்தால் மாட்டை விற்று ஆட்டை வாங்கு'

எந்தப் பயிருக்கு எந்த நிலம் ஏற்றது என்பதைச் சொல்கிறது பழமொழி.

'மழையடி புஞ்சை மதகடி நஞ்சை'

களர் நிலத்தில் நீர்த் தேங்கும், மணல் தண்ணீரை வடியவிடும், ஆதலால்,

'களரை நம்பிக் கெட்டவனும் இல்லை, மணலை நம்பி வாழ்ந்தவனும் இல்லை.'

எரு இடுவதை விட, ஏர் உழுவதே மேல் என்று நம்பினார்கள்.

'உழவு பகையானால் எருவினால் தீராது'

என்று சொல்கிறது பழமொழி.

'உழுவில்லாத நிலம் உருப்படி ஆகாது'

என்று இன்னும் ஒரு பழமொழி சொல்கிறது.

'உழவால் பயிராகிறது எருவாலும் ஆகாது'

நன்கு உழப்படாத நிலம், நல்ல பலன் தராது. இதைச் சொல்கிறது ஒரு பழமொழி.

'உழவில்லாத நிலமும், மிளகில்லாத கறியும் வழ வழ'

உழவு ஆழமாக இருக்க வேண்டும் என்கிறது ஒரு பழமொழி.

'அகல உழுவதை விட, ஆழ உழுவது மேல்'

நஞ்சை உழவு, மண்ணைச் சந்தனமாக்க வேண்டும். ஆதலால் பழமொழி இப்படிச் சொல்கிறது.

'புஞ்சைக்கு நாலு உழவு, நஞ்சைக்கு ஏழு உழவு'

ஆட்டு எருவும் மாட்டு எருவும் குணத்தால் வேறுபடுகிறது. அதனால் ஆட்டு எரு ஓராண்டு நிற்கும். மாட்டு எரு மறு ஆண்டும் நிற்கும்.

'குப்பையில்லாத வெள்ளாமை சப்பை'

இலை வளர்ச்சிக்கு வேறு சத்தும், தானிய முதிர்ச்சிக்கு வேறு சத்தும் தேவைப் படுகிறது. பழமொழியைப் பார்ப்போம்.

'ஆடு பயிர் காட்டும். ஆவாரை கதிர் காட்டும்'

சாணத்தை விடவும் மூத்திரம் மேலானது. இதைச் சொல்கிறது பழமொழி.

'கூளம் பரப்பி (சிதைந்த வைக்கோல்) கோமியம் சேர்'

ஆற்று வண்டலில் சத்து மிகுதியாக உள்ளது. இதோ ஒரு பழமொழி.

'ஆற்று வண்டல் தேற்றும் பயிரை'

பசுந்தாள் உரப்பயிர்களை வளர்த்து மடக்குவது வளத்தைப் புதுப்பிக்கும் சிறந்த நடைமுறை.

'நிலத்தில் எழுந்த பூண்டு நிலத்தில் மடிய வேண்டும்'

செடியின் வேர் சுவாசிக்கிறது. வேரடியில் வாழும் உயிர்களும் சுவாசிக் கின்றன ஆதலால்,

'காய்ச்சலும் வேண்டும். பாய்ச்சலும் வேண்டும்'

இந்தப் பழமொழி நமக்குச் சொல்வது என்ன?

'தேங்கிக் கெட்டது நிலம், தேங்காமல் கெட்டது குளம்'

கோரையைக் கொல்ல ஒரு வழி சொல்கிறது பழமொழி.

'கோரையைக் கொல்ல கொள்ளுப் பயிர் விதை'

விதை உழுவரது வீட்டில் இருக்க வேண்டும். இதன் அவசியத்தைச் சொல்கிறது ஒரு பழமொழி.

'மடி விதையைவிட, பிடி விதை முன்னதாக முளைக்கும்'

விதையை நாம் பாதுகாக்க வேண்டும்.

'சொத்தைப்போல வித்தைப் பேணு'

எவ்வளவு உழைத்தாலும் விதைக்கு ஏற்பவே விளைச்சல் இருக்கும். ஆதலால்,

'விதை பாதி வேலை பாதி'

பூச்சி தின்ற விதை முளைக்காது. இதைச் சொல்கிறது பழமொழி.

'அந்து அழித்த வித்து என்றும் முளையாது'

நன்கு காய்ந்த விதைகளைப் பூச்சித் தாக்குவது இல்லை. இதைச் சொல்லும் பழமொழி.

'காய்ந்த வித்திற்குப் பழுதில்லை'

விளைச்சல் அதிகம் கொடுக்கவல்ல வித்தாக இருந்தாலும் பருவத்தில் விதைக்காது; பலனும் இருக்காது. இது குறித்துச் சில பழமொழிகள் உண்டு.

'காலத்தே விதையைக் கரம்பில் போடு'
'பாழில் போட்டாலும் பட்டத்தில் போடு'
'கோப்புத் தப்பினால் குப்பையும் பயிராகாது'
'ஆடி ஐந்தில் விதைத்த விதையும், புரட்டாசி பதினைந்தில் நட்ட நடவும் பெரியோர்கள் வைத்த தனம்'

பட்டத்தில் விதைத்தால் மட்டும் போதுமா? எவ்வளவு விதை தேவை? எப்படி விதைப்பது? எப்படி மூடுவது? எப்படிக் காப்பது என்றெல்லாம் அறிந்திருக்க வேண்டும். இதுபற்றியப் பழமொழிகளைப் பார்ப்போம்.

'பண்ணை பெரிசு என்பதால் சாலுக்குப் பதக்கு (ரெண்டு மரக்கால்) விதைக்க முடியாது.'

இடைவெளி எவ்வளவு இருக்க வேண்டும்? இதைச் சொல்கிறது ஒரு பழமொழி.

'கலக்க விதைத்தால் களஞ்சியம் நிறையும். அடர விதைத்தால் போர் உயரும்'.

இதுபோல பயிருக்குப் பயிர், செடிக்குச் செடி, மரத்துக்கு மரம் இடைவெளி வேறுபடுகிறது. இதைப் பற்றிய பழமொழியைப் பார்ப்போம்.

'நெல்லுக்கு நெல் நண்டு ஓட, வாழைக்கு வாழை வண்டி ஓட, தென்னைக்குத் தென்னைத் தேரோட'

நிலத்தில் விதைத்த விதையை மூடுவது அவசியம். இதோ பழமொழி,

'தெளித்த விதையை மறைத்து மூடு'

விதையை மூடும்போது, ஈரமண் கொண்டு மூட வேண்டும். அல்லது மூடிய பின்பு தண்ணீர் தெளிக்க வேண்டும். இதோ பழமொழி.

'ஈரம் தானே வீரம் பயிருக்கு'

விதையை மூடும்போது, விதை கனத்திற்கே மண் போட வேண்டும். இதைச் சொல்கிறது ஒரு பழமொழி.

'விதைகள் ஆழப் புதைவது பழுதாம்'

பயிருக்கு வேலி அவசியம். இதைச் சொல்கிறது பழமொழி.

'விதைப்பது முன் வேலி அடை'.
'அடைப்பவன் காட்டைப் பார். மேய்ப்பவன் மாட்டைப் பார்'

வேலி போட்டப் பிறகும் இழப்பு நேரலாம். அது பற்றிச் சில பழமொழிகள்.

'ஆயிரம் கால பயிர் நெல்லுக்கு ஒரு அந்து'
'கறையான் பட்ட பயிர் ஒரு முழம் கட்டை'
'கம்பளிப் புழுப் பயிர் தெம்பினை வாங்கும்'
'அசுவினிப் பூச்சி அவரைக்கு ஆகாது'
'நெல்லைக் கெடுக்கும் நாவாய்ப் பூச்சி'

பயிரில் விழும் பூச்சிகளை பறவைகள் தின்னும். இதை,

'புழுவைத் தின்ன புள்ளினம் உதவும்'

என்ற பழமொழி விளக்குகிறது. 'புள்' என்றால் பறவை.

பழமொழிகள் நமக்கு நமது முன்னோர்கள் விட்டுச் சென்ற மூலதனம். எக்காரணம் கொண்டும் நாம் அதை இழக்கலாகாது.

உரக்கொன்றை எனும் அற்புதம்!

அரசாங்க வேளாண்துறை அறிமுகப்படுத்திய செடிகளில், இரண்டு செடிகள் மிகவும் பயனு ள்ளவை. ஒன்று கிளைரிசிடியா. இரண்டாவது செடி ஐப்போமியா. செடிகள் இரண்டும் உழ வருக்குப் பழக்கமானவை. அவற்றின் பெயர்கள் பழக்கமானவை அல்ல.

கிருஷ்ணசாமியைக் கிச்சா என்று அழைப்பது போல, கிளைரிசிடியாவை மக்கள் 'கிளேரியா' என்று அழைக்கிறார்கள். வேறு சிலர் இதை 'உரக் கொன்றை' என்று அழைக்கிறார்கள்.

மெய்யாகவே இது ஒரு சிறந்த உரச்செடி. பல விவசாயிகள் வேலி ஓரங்களில், பாதை ஓரங் களில் இதைப் பயிர் செய்துள்ளார்கள். இலைகள், தண்டுகளை இடுப்பளவு உயரத்தில் வெட்டிக் கொண்டே இருக்கலாம். எந்த எருவும் கொடுக் காமல் வளர்ந்து கொண்டே இருக்கும். வெட்டா மல் விட்டால் குறு மரமாக வளரும். பூத்துக் காய்க்கும். காய் முற்றும்போது நெற்று, கோடை நாள்களில் வெடித்துச் சிதறும். விதை வட்டமாக வும் தட்டையாகவும் வெளிர் மஞ்சள் நிறத்தில் காணப்படும்.

உரக் கொன்றைச் செடியை, விதை போட்டு முளைக்க வைப்பது எளிது. கட்டை விரல் பரு

8

மன் உள்ள குச்சியை, ஒரு அடிநீளம் வெட்டி, நட்டு வளர்க்கலாம். நுனியில் சிறிது சாணத்தைத் தொப்பி போல வைத்தால், தண்ணீர் ஆவியாவது குறையும். குச்சிப் பழுது இல்லாமல் துளிர்க்கும். சாணத் தொப்பிக்கும் மேலாக ஒரு கிழிந்த சவ்வுத்தாள் கொண்டு முண்டாசு கட்டிவிட்டபோது, பழுதே இல்லாமல் துளிர்த்தன.

1955-56-ம் ஆண்டுகளில் இந்தக் குச்சிகளை உழவர் நிலங்களில் பரப்ப வேண்டியது, விரிவாக்கப் பணியாளர்களின் முக்கியமான பணி. ஆராய்ச்சி நிலையங்களில் இவற்றை வளர்க்க வேண்டும் என்று வலியுறுத்தப்பட்டது.

இலைகளில் நிறைய நைட்ரஜன் உண்டு. இலையைப் பயன்படுத்தி சிறந்த கலவை (கம்போஸ்ட்) எரு தயாரிக்கலாம். சேற்று நிலங்களில் உரக்கொன்றை இலைகளைப் போட்டு மிதித்துவிட்டால், சில நாள்களிலேயே அழுகி எருவாக மாறுகிறது.

திண்டுக்கல் கால்நடை மருத்துவர் ஒருவர், உரக்கொன்றை இலையைக் கறவை மாட்டுக்குக் கொடுத்தால் பால் கூடுதலாகக் கறக்கிறது, பிண்ணாக்குச் செலவு குறைகிறது என்று கண்டறிந்தார். தீவனமாகக் கொடுப்பதில் ஒரு குறைபாடு இருப்பது பிற்பாடு கண்டறியப்பட்டது.

இயற்கை வழிச் சாகுபடியில் நல்ல வழிகாட்டியாக விளங்குபவர், மேட்டுப் பாளையம் நவநீதகிருஷ்ணன். அவர் உரக்கொன்றை இலையைச் சினைப் பசுவுக்குக் கொடுத்தபோது, சினை கலைந்து போனது. இருமுறை இப்படி யானது. இந்த இலையைத் தீவனமாகக் கொடுப்பதை நிறுத்திய பிறகு, சினைப் பிடித்து, பசு கன்றும் ஈன்றுள்ளது. நவநீதகிருஷ்ணன் இந்தத் தகவலை எல்லோரிடமும் சொல்லி வருகிறார்.

1996-ம் ஆண்டு ஃபிலிப்பைன்ஸ் போயிருந்தபோது, அந்நாட்டு இளைஞர்கள் கிளளிரிசிடியாவுக்குப் பெயர் விளக்கம் தந்தார்கள். இது ஒரு ஸ்பானிஷ் மொழி வார்த்தை. இதில் கிளளரி என்றால் எலி. சிடியா என்றால் கொல்லி. கிளளிரிசிடியா என்றால் எலிக்கொல்லி. கிளளிரிசிடியா இலையைச் சட்டினி போல் அரைத்து, சோற்றுடன் பிசைந்து எலி வரும் பாதையில் வைத்தால், எலி தின்றுவிட்டுச் செத்துப் போகிறது.

கிளளிரிசிடியா என்னும் உரக்கொன்றை இலைகளை உழவர்கள் தற்போது பூச்சிகளைக் கட்டுப்படுத்தப் பயன்படுத்துகிறார்கள். இலைகளையும் இளம் தண்டுகளையும் ஒரு வாரம் தண்ணீரில் ஊறப் போட்டால், மூலிகைப் பூச்சி விரட்டி தயாராகிறது. நாம் உரக் கொன்றை இலைகளை மூலிகை டீ தயாரிப் பில் சேர்த்துக் கொள்ளப் பரிந்துரை செய்கிறோம்.

தேநீர் குடித்த பிறகு மனிதர்கள் சுறுசுறுப்பாவது போல, மூலிகை டீ குடித்த பிறகு, செடிகள் சுறுசுறுப்பாகின்றன. மூலிகை டீ தயாரிப்பது மிகவும் எளிது.

ஒரு இரும்பு, பிளாஸ்டிக் அல்லது சிமெண்ட் தொட்டியில் முக்கால் பங்கு தண்ணீரால் நிரப்பவும். ஒரு சணல் சாக்கில் ஐந்து கிலோ சாணம், ஐந்து கிலோ இலைகள் (மூலிகைச் செடிகள்) கால் கிலோ வெல்லம், ஒரு செங்கல்

இவற்றைப் போட்டு வாயைக் கயிற்றால் கட்டி தொட்டிக்குள் இறக்க வேண்டும். சாக்கு முழுகுவதற்காகவே உள்ளேகல் போடுகிறோம். ஆதலால், எந்தக் கல்லாகவும் இருக்கலாம். சாக்கின் வாயைக் கட்டிய கயிறு வெளியே தொங்கட்டும். உள்ளே சென்று விடாமல் இருக்க நுனியில் சிறு கல்லைக் கட்டிவிட வேண்டும். காலை, மாலை கயிற்றைப் பிடித்து அசைத்துவிட வேண்டும். ஒரு வாரத்தில் மூலிகை டீ தயாராகிவிடும். மூலிகை டீயை வேரிலும் ஊற்றலாம். இலை மீதும் தெளிக்கலாம். பயன்படுத்தும் முன்பு ஒரு பங்கு மூலிகைச் சாற்றுடன் ஒன்பது பங்கு தண்ணீர் கலந்து கொள்ள வேண்டும். உழவர்கள் மூலிகை டீ தயாரிப்பதற்கு உரக்கொன்றை, எருக்கு, ஊமத்தை, வேம்பு, நொச்சி, குமுட்டி, பப்பாளி, சீத்தா, ஐப்போமியா செடிகள் சிறந்தவை. இவற்றைப் பயன்படுத்தித் தயாரிக்கப்படும் மூலிகை டீ எருவாகவும் பயன்படும், பூச்சி, நோய் தடுப்பாகவும் அமையும்.

அடுத்தபடியாக, 'ஐப்போமியா' பற்றி....

ஐப்போமியா என்பது தாவர இயல் பெயர். தஞ்சை, திருச்சி மாவட்ட மக்கள் இதனை நெய்வேலி காட்டாமணக்கு என்கின்றனர். ஏரி, குளம், ஆறுகளை அடைத்து வளரும் இக்காட்டாமணக்கு, இந்தியா முழுவதும் காணப்படுகிறது. இதற்கு ஊருக்கு ஒரு பெயர். செங்கல்பட்டு மக்கள் இதனைக் கடல் பாலை என்கின்றனர். பொள்ளாச்சியில் ஆத்துணான் என்பார்கள். நெல்லை மாவட்ட மக்கள் ரப்பர் கொலை என்பார்கள். சிவகங்கை மாவட்டத்தில் இதன் பெயர், அடங்காப் பிடாரி, இராமநாதபுரத்தில் இதன் பெயர் வெட்டி எறிந்தான்.

1962-ம் ஆண்டு அண்ணாமலைப் பல்கலைக் கழகத்தில் படித்துக் கொண்டி ருந்த மாணவர்கள், இச்செடியைப் பரப்பினார்கள். கிளௌரிசிடியாவில் உள்ள சத்து, இந்தக் காட்டாமணக்கிலும் இருக்கிறது என்று விஞ்ஞானிகள் சொல்லித்தான் நாங்கள் இதனைப் பரப்பினோம். பென்சில் கனமுள்ள தண்டை, ஒரு ஜான் உயரம் வெட்டி ஒரு கணு மண்ணுள் புதையும்படி நட்டால் வளர்ந்துவிடும். மழை நாள்களில் வெட்டி மண்ணில் வீசினாலே துளிர்த்துக்கொள்ளும். துண்டாக்கிப்போட்டு, சாணக் கரைசலைத் தெளித்தால் எருவாகிப் போகும்.

நெல் பயிரில் தண்ணீர்ப் பற்றாக்குறையைப் போக்க இலைகளை உருவிப் போய் பயிர்களுக்கிடையில் போடும்படி சொன்னேன். இளைஞர்கள் போட்டார்கள். களைகளும் மட்டுப்பட்டது. ஆனால், இலைகள் அழுகி எருவாக மாறியபோது, சுள்ளரகமான ஐ.ஆர்.இருபது பயிர் வளர்ந்து சாய்ந்து போனது. இளைஞர்கள் ஒரு முடிவுக்கு வந்தார்கள். வயலுக்கு நீர் பாயும் வாய் மடையில் ஒரு முழம் அகலம், நீளம், ஆழம் தோண்டி அந்தக் குழியில் ஐப்போமியாவின் இலைகளையும் தண்டுகளையும் போட்டு அமுதக் கரைசலை ஊற்றினால் சரியாகப் போகும் என்று சொன்னார்கள். அப்படியே செய்தார்கள். ரசாயன உரம் போடுவதை நிறுத்திக் கொண்டார்கள்.

என்னுடைய வானொலிப் பேச்சைக் கேட்ட பின்பு ஒரு பெண் அமுதக் கரைசலில் இதன் இலைகளை உருவிப் போட்டு தெளித்தபோது, பயிர்

கறுப்பாக வளர்வதாகச் சொன்னார். பூம்புகார் மற்றும் கல்லணை நடைப் பயணத்தின்போது வழி நெடுக இதைச் சொல்லிக் கொண்டு வந்தேன்.

மயிலாடுதுறை அருகே முருகமங்கலம் என்றொரு கிராமம். இங்கு லயன் சம்பந்தப் பிள்ளை என்றொரு உழவர். இவர் தொலை தூரத்தில் உள்ள குளம் குட்டையில் உள்ள இந்தச் செடிகளையெல்லாம் கொண்டு வந்து நஞ்சை நிலத்தில் மிதித்து அழுகிய பின்பு பயிர் நடவு செய்கிறார். இயற்கை வழியில் கூடுதல் விளைச்சல் எடுக்கிறார்.

நடைப்பயணத்தின்போது, கவித்தலம் அருகே ஜோதி என்று ஒருவர் தோட்டத்துக்குள் அழைத்தார். ஐப்போமியாவைக் குச்சியும் இலையுமாகக் கட்டி வந்து பம்ப் செட்டில் தண்ணீர் கொட்டும் இடத்தில் போட்டார். எந்த உரமும் போடாமல் கரும்புப் பயிர் பச்சை கொடுத்து வளர்ந்தது. இதே முறையைக் கையாண்டு இலுப்பைக் கோரையில் திருமதி.ரீட்டா கணபதி கேழ்வரகு, நெற்பயிர்களில் அதிக பலன் எடுத்தார். தற்சமயம் நஞ்சையி லேயே போட்டு மிதித்து நடவு செய்த பயிரில் 60 கிலோ மூட்டையில் 50 மூட்டை எடுத்துள்ளார்.

அமுதக் கரைசல் தயாரிப்பது சுலபமான ஒன்று.

பத்து லிட்டர் தண்ணீரில்

1 கிலோ சாணம்

1 லிட்டர் மூத்திரம்

25 கிராம் வெல்லம்

1 கிலோ காட்டாமணக்கு இலையைப்போட்டு காலை பகல் மாலை மூன்று முறை கலக்க வேண்டும். அமுதக் கரைசல் 24 மணி நேரத்தில் தயாராகிறது. பாயும் நீரிலும் விடலாம். தெளிப்பான் கொண்டும் தெளிக்கலாம். 10 லிட்டர் தண்ணீருக்கு ஒரு லிட்டர் அமுதக் கரைசல் போதுமானது. காலம் தாழ்த்தாது செய்து பாருங்கள்.

கடன்படாது வாழ நினைக்கும் உழவர்களுக்குக் கை கொடுக்கும் இரண்டு செடிகள் ஐப்போமியா (நெய்வேலிக் காட்டாமணக்கு), கிளைரிசிடியா (உரக்கொன்றை) ஆகும். சும்மாவா சொன்னார்கள், 'தேடிப் போன மூலிகை காலில் பட்டது' என்று!

———•◦•———

விஷக் காய்கறிகள்!

பதிமூன்று ஆண்டுகளுக்கு முன்பு ஒருநாள் கேளம்பாக்கத்தை அடுத்த திருப்போரூரில் டி.இ.டி.இ. அறக்கட்டளை ஏற்பாடு செய்திருந்த கருத்தரங்கத்தில் கலந்துகொண்டேன்.

பிரேசில் நாட்டில் இருந்து வந்திருந்த கிறிஸ்டி என்ற பெண்மணி முக்கிய விருந்தினர். தள்ளுப் படங்களைப் (Slide show) போட்டுக் காட்டி விளக்கிக் கொண்டிருந்தார். தென் அமெரிக்கா விலும் ஆப்பிரிக்காவிலும் பச்சைப் புரட்சி யினால் உழவர்கள் நிலத்தை கம்பெனிகள் வாங்கிக் கொண்டுவிட்டன. உழவர்கள் தமக்குச் சொந்தமான நிலங்களிலேயே கூலிகளானார்கள். ஏற்றுமதிக்காக வாழைத்தோட்டம் போட்டார் கள். வாழைத்தோட்டம் போட்டபோது, ஹெலிகாப்டர் மேலே பறந்து பூச்சிக் கொல்லி நஞ்சைத் தெளித்தது. இதுபோன்ற போக்கால் புற்று நோய்க்கு ஆளானார்கள். தோட்டத் தொழி லை எட்டிக் கூடப் பார்க்காத மனைவிமார்களும் இத்தகைய நோய்களுக்கு ஆளானார்கள். பிறப் புறுப்புக்களிலெல்லாம் ரணக் கட்டிகள்; பிறக்கும் குழந்தைகளுக்கெல்லாம் உறுப்புக் குறைவு. அரையும் குறையுமாகப் பாலுறுப் புக்கள். படம் போட்டுக் காட்டாமல் இருந்தால் இந்தக் கொடுரத்தை நம்புவது கடினம்.

9

படக்காட்சி முடிவில் கேள்வி நேரம். 'இந்தியாவில்கூட நிறைய பூச்சிக் கொல்லி தெளிக்கிறார்கள். நீங்கள் காட்டிய அளவுக்கு இங்கே கொடுமை இல்லையே?' என்று கேட்டேன்.

அதைக் கேட்ட கிறிஸ்டி இப்படிச் சொன்னார். 'அதன் விளைவு இனிமேல் தான் தெரியும்'.

கிறிஸ்டியின் வாக்கு பலித்துள்ளதைக் காசர்கோடு படம் பிடித்துக் காட்டு கிறது. கேரளாவில் பாலக்காட்டை அடுத்துள்ளகாசர்கோடு பகுதி, உலகத்தின் பார்வையைக் கவர்ந்துள்ளது. அங்கு 7000 டிக்கர் பரப்பில் முந்திரிக்காடு உள்ளது. அது அரசுக்குச் சொந்தம். இந்தக் காட்டில் ஏரோப்ளேன் பறந்து பறந்து நஞ்சைத் தெளித்தது. மரத்துக்கு மேலே மின்கம்பி போவதால் உயரே உயரே பறந்து நஞ்சு தெளித்தது.

சில ஆண்டுகளில் அதன் விளைவு பயங்கரமாக வெளிப்பட ஆரம்பித்தது. சுற்று வட்டாரத்தில் இருந்த 25 கிராமத்து மக்கள், தோல் புற்றுநோய்க்கு ஆளானார்கள். இவர்கள் முந்திரிக் கொட்டை தின்றவர்களும் அல்ல. முந்திரிக் கொல்லையில் வேலை பார்த்தவர்களும் அல்ல. ஆனால் இவர்கள் பயன் படுத்திய ஓடை நீரிலும் மூச்சுக் காற்றிலும் நஞ்சு குடி புகுந்துவிட்டது. மக்கள் உடலெங்கும் புற்றுநோய்ப் புண்கள். வயிறு வீக்கம், மூச்சிரைப்பு இப்படிப் பாதிப்புகள். பிறக்கும் குழந்தைகளுக்குப் பிறவி ஊனம்.

கட்டைவிரலுக்கும் சுட்டு விரலுக்கும் இடையே நமக்கு இயல்பான இடை வெளி உண்டல்லவா? அங்கு பிறக்கும் குழந்தைகளுக்கு மோதிரவிரலுக்கும் சுட்டுவிரலுக்கும் இடையில் பிளவு காணப்படுகிறது. நடுவிரல்களையே காணோம். குழந்தைக்குத் தலை மட்டும் பெருக்கிறது. உடம்பு சிசுவின் உடலாகவே உள்ளது. இருபத்து நான்கு வயது இளைஞன் நாலுவயது குழந்தைபோல உடலும் மனமும் சிறுத்துக் காணப்படுகிறான். பிறக்கின்ற கன்றுக்குட்டி மூன்று காலுடன் பிறக்கிறது.

இவற்றையெல்லாம் முதலில் கண்டுகொண்டவர் ஒரு மருத்துவர். வருகின்ற நோயாளிகள் ஒரே வகை நோய்க்கு ஆளாகி உள்ளார்களே என்று புருவத்தை நெரித்த டாக்டர், இந்தக் கொடுமையை வெளியே கொண்டு வந்தார். இவர் கடைசியாகக் கண்டுபிடித்த அதிர்ச்சி அளிக்கக்கூடிய தகவல், பிறக்கின்ற குழந்தைக்குச் சிறுநீரகங்கள் முதுகுக்கு வெளியே தொங்குகின்றன!

பத்து வருடமாக இவர்கள் போராடினார்கள். கோகோ, பெப்சி புகழ் (டெல்லி) சுற்றுச்சூழல் விஞ்ஞான மையம் அனைத்தையும் சோதித்து, 'முந்திரிக் காட்டில் தெளித்த என்டோசல்பான்தான் காரணம் என்று சான்று வழங்கியது. அரசு மூன்று பேர் கொண்ட கமிட்டி ஒன்றைப் போட்டது. கமிட்டி, மக்களைப் பார்க்காமலேயே தீர்ப்பு எழுதியது. 'பாதிப்பு என்டோசல்பான் தெளித்ததால்தான் என்பது சந்தேகத்துக்கு இடமின்றி நிரூபிக்கப்படவில்லை' என்று எழுதினார்கள். அதற்கு மேலும் ஒரு மைய அரசு வேளாண் விஞ்ஞானி விடுத்த அறிக்கை வெந்த புண்ணில் வேல் பாய்ச்சியது. அவர் சொன்னது இதுதான்.

'என்டோசல்பான் தெளிப்பதால்தான், பிறவி ஊனம் வர வேண்டும் என்பது இல்லை. நெருக்கமான உறவினர்கள் இடையே திருமணம் முடித்தால்கூட பிறக்கும் குழந்தைகள் ஊனமாகப் பிறக்கும்' என்று முத்துக்களை உதிர்த்தார்.

மக்கள் போராட்டம் ஓயவில்லை. நீதிமன்றம் சென்றார்கள். ஹெலிகாப்டரில் என்டோசல்பான் தெளிப்பதை நீதிமன்றம் தடை செய்தது. ஹெலிகாப்டரில் நஞ்சு தெளிப்பதை நிறுத்தி நான்கு ஆண்டுகள் ஆகிவிட்டன. முந்திரிக் காட்டில் விளைச்சல் குறையவில்லை என்று செய்தி வருகிறது. அதாவது, பூச்சிக்கொல்லிக்கே தேவை இருக்கவில்லை என்பது நிரூபணமாகி இருக்கிறது.

எதற்காக இதைச் சொல்கிறேன் தெரியுமா? வேகமான விவசாயம், அளவுக்கதிக மான லாபம் சம்பாதிக்க நினைக்கும் சிலர், காய்கறிகள் மீது கணக்கு வழக் கில்லாமல் பூச்சிக்கொல்லி நஞ்சுகளைக் கொட்டுகிறார்கள். அப்படி வளர்க்கப் பட்ட காய்கறிகளைத்தான், நீங்கள் தினமும் சாப்பிட்டுக் கொண்டிருக்கிறீர்கள்.

பொருள்கள் மீது பூச்சிக் கொல்லி தெளிக்கும்போது, அவை மீது எஞ்சிய நஞ்சு படிந்திருப்பதை 1984-ம் ஆண்டிலேயே கோவை வேளாண் பல்கலைக்கழகம் கண்டுபிடித்தது. காய், கனி, தானியம், இறைச்சி, முட்டை, பால் இவற்றில் காணப்படும் எஞ்சிய நஞ்சு, தாயின் உடலில் சேமிக்கப்பட்டு, குழந்தை பெற்ற பின்பு குழந்தைக்கு ஊட்டும் தாய்ப்பாலிலும் வெளிப்படுகிறது என்று கண்டறிந்தார்கள். அதனால், இயற்கை வழி பயிர்ப் பாதுகாப்புத்துறை என்று ஓர் ஆராய்ச்சித் துறையே ஏற்படுத்தப்பட்டது.

பூச்சிக்கொல்லி மருந்து தெளிக்காமல், செயற்கையான உரம் போடாமல் விவசாயமே செய்ய முடியாது என்று நம் உழவர்கள் ஆணித்தரமாக நம்புகிற அளவுக்கு, அவர்களது மூளை மழுங்கடிக்கப்பட்டு இருக்கிறது. பூச்சிக் கொல்லி மருந்து தயாரிப்பில் இருக்கும் வணிக நோக்கத்தை நீங்கள் புரிந்து கொள்ள ஒரு நிகழ்ச்சியைச் சொல்கிறேன்.

'பூச்சிக்கொல்லிகள்' கொடுமையான தீய விளைவுகளை ஏற்படுத்துகின்றன என்பதை, 1962-ம் ஆண்டே 'ராச்சேல் கார்சன்' புத்தகமாக எழுதி வெளி யிட்டார். எனவே, மாற்று வழிகளைத் தேடி அமெரிக்கா, ஐரோப்பாகண்டத்து விவசாயிகள் அலைந்துகொண்டிருந்தனர். வேப்பங்கொட்டைச் சாறு பூச்சி யையும் விரட்டும், நோய்களையும் விரட்டும் என்கிற விஷயம் அமெரிக்கர் களுக்குத் தெரிந்துவிட்டது. அதுகுறித்து 2000 ஆண்டில், மே மாதத்தில், ஐரோப்பிய காப்புரிமை அலுவலகத்தில், வழக்கு நடந்தது. இந்த அலுவல கம் ஜெர்மன் நாட்டில் உள்ள மியூனிச் நகரத்தில் உள்ளது. இந்த வழக்குத் தொடர்பாக, இந்தியாவில் இருந்து சென்றிருந்த ஐந்து பேரில் நானும் ஒருவன். காப்புரிமை வாங்கியிருந்த கம்பெனியின் பெயர் டபிள்யு.ஆர். கிரேஸ். வேப்பங் கொட்டைச்சாறு பூஞ்சாள நோய்களைக் கட்டுப்படுத்துகிறது என்பதை ஆராய்ந்து இந்த கம்பெனி கண்டுபிடித்திருப்பதாகக் கூறி அமெரிக் காவில் ஒரு காப்புரிமை வாங்கி இருந்தது. ஐரோப்பாவிலும் ஒருவர் காப்புரிமை வாங்கி இருந்தார். டெல்லி நகரில் டாக்டர் வந்தனா சிவா

தலைமையில் செயல்படும் விஞ்ஞான, உயிரியல் ஆராய்ச்சி மையம் இதை எதிர்த்து வழக்குத் தொடுத்தது.

'வேம்பு எங்கள் மரம். நினைவு தெரியாத காலத்திலிருந்து வேம்பு எங்கள் பயிர். மருத்துவத்திலும் கால்நடை மருத்துவத்திலும் மனித மருத்துவத்திலும் பயன்படுத்தப்பட்டு வந்துள்ளது. இதில் புதிதாக நீங்கள் எதையும் கண்டுபிடிப்பதற்கில்லை' என்பது எங்கள் வாதமாக இருந்தது.

'நீங்கள் புதிதாகக் கண்டுபிடித்தது என்ன?'

நடுவர், கம்பெனிக்காரரிடம் கேட்டார்.

'இந்தியாவில் சிறிய அளவில் செக்கில் ஆட்டுகிறார்கள். நாங்கள் பெரிய அளவில் ஃபேக்டரியில் தயாரிக்கிறோம்.'

இது கம்பெனியார் பதில்.

எங்களுக்காக வாதிட்ட வழக்கறிஞர் கேட்டார். 'அ'யைக் கண்டுபிடித்தால் அது இல்லாததைக் கண்டுபிடித்ததாகும். இன்னொருவர் அ,ஆ,இ,ஈ யெல்லாம் கண்டுபிடித்த பிறகு 'உ'-ஐ நீங்கள் கண்டுபிடித்தால் அது எப்படிப் புதிய கண்டுபிடிப்பாகும்?'

இந்தக் கேள்விக்குப் பதில் சொல்ல முடியாமல் கம்பெனி தோற்றுப் போனது. அதன் தோல்வியை வலுப்படுத்த இன்னுமொரு சாட்சியையும் நடுவர் முன் வைத்தோம். அது டபிள்யூ. ஆர்.கிரேஸ் கம்பெனி, மும்பை வியாபாரிக்கு எழுதிய கடிதம். அதில் 'நீங்கள் வேப்பங்கொட்டைச் சாற்றைப் பயிர்களில் தெளித்து சோதித்துப் பார்த்திருப்பதாக அறிய வருகிறோம். உங்கள் கண்டு பிடிப்பை எங்களுக்குக் கொடுத்தால், போதிய சன்மானம் தருவோம்' என்று எழுதப்பட்டிருந்தது. இந்தச் சாட்சியத்தைப் பார்த்தபோது, கம்பெனிக்காரன் மூஞ்சி வெளுத்துப் போனது. மும்பைக்காரர் அப்படி என்னதான் செய்திருந்தார் தெரியுமா?

வேப்பங்கொட்டைச் சாற்றைக் காய்ச்சி வடித்து, 35 உழவர்களின் பருத்தி, திராட்சைத் தோட்டங்களில் தெளித்திருந்தார். இரண்டு பயிர்களிலும் பூச்சிகளும் கட்டுப்பட்டன. நோய்களும் மட்டுப்பட்டன. இந்தியாவில் எது அதிகமாக விற்கும் என்பதை யோசித்து, மும்பை வியாபாரி பூச்சிக்கொல்லி தயாரிக்கக் காப்புரிமை வாங்கியுள்ளார்.

வேப்பங்கொட்டைச்சாறு, பூச்சியையும் கட்டுப்படுத்தும்; நோயையும் மட்டுப்படுத்தும் என்ற உண்மை பரப்பப்பட்டால் பல உழவர்களின் தற் கொலை தவிர்க்கப்படும். ஆந்திராவில் ஆயிரம் ஆயிரம் உழவர்கள் தற்கொலை செய்து கொண்டார்கள். காரணம், பருத்திக் காயைத் தின்ற புழுக்களை, ரசாயனப் பூச்சிக் கொல்லிகளால் கொல்ல முடியவில்லை. ஆந்திராவில் உழவர் தற் கொலையை ஒட்டி, தமிழகத்து உழவியல் விஞ்ஞானி திரு.செல்வம் மேலும் இரு விஞ்ஞானிகளை இணைத்துக் கொண்டு, 'பருத்தி உழவர்களின் நண்பர்கள்' என்ற நூலை வெளியிட்டார்.

அதில் எந்த எந்தப் பூச்சிகளை எந்த எந்தப் பூச்சிகள் உண்ணுகின்றன என்பது வண்ண வண்ணப் படங்களுடன் விளக்கப்பட்டிருந்தது. தமிழ்நாடு உழவுத் துறை இயக்குநர், ஆந்திர மாநில உழவுத் துறை இயக்குநர் இருவரும் முன்னுரை எழுதியுள்ளார்கள். ஐக்கிய நாடுகள் சபையின் ஆலோசகர் அணிந்துரை வழங்கியுள்ளார். அதில் கூறப்பட்டுள்ள செய்தி முக்கியமானது.

'ஒரு பருத்தி வயலில் 150 உயிரினங்கள் காணப்படுகின்றன. அவற்றில் பத்து மட்டுமே செடியைத் தின்கின்றன. 100 உயிரினங்கள், செடியைத் தின்னும் பூச்சிகளைத் தின்கின்றன. மீதமுள்ள நாற்பது உயிரினங்கள், நன்மையும் செய்வது இல்லை. தீமையும் செய்வது இல்லை. ரசாயனத்தைத் தெளித்துத்தான் பூச்சிகளைக் கட்டுப்படுத்த வேண்டும் என்று சொல்லுபவர்கள், உயிரியல் விஞ்ஞானம் பற்றிய அறிவில்லாதவர்கள். அல்லது வேறு ஏதோ காரணத்தால் அப்படிச் சொல்லுகிறார்கள்'. இப்படி எழுதி வெளியிட்டார்கள். நமது விஞ் ஞானிகளுக்கு இந்தப் புத்தகத்தில் ஆளுக்கொன்று கொடுத்தால், நமது உண்ணும் உணவும் குடிநீரும் நஞ்சாகாமல் காக்கப்படும்.

பத்தொன்பது ஆண்டுகளாக நான் முட்டைக்கோசு சாப்பிடுவதைத் தவிர்த்து வந்தேன். அக்டோபர் கடைசி வாரம் நீலகிரி சென்றபோது, மீண்டும் சாப் பிடும் வாய்ப்புக் கிடைத்தது. முட்டைக்கோசு உண்பதை விலக்கியதற்கான அடிப்படைக் காரணத்தைச் சொல்கிறேன்.

அது 1987-ம் ஆண்டு. நான்கு வார இயற்கை உழவாண்மை பயிற்சி முடித் திருந்த நேரம். பெங்களூர் போயிருந்தேன். அங்கு முட்டைக்கோசு அறுவடை நடைபெறுவதைப் பார்த்தேன். ஒரு பெரிய அண்டா அல்லது கொப்பரையில் என்ட்ரின், எக்கலாச்சு முதலாக என்டோசல்பான் ஈறாக, பத்து வகை பூச்சி மற்றும் பூசனைக் கொல்லிகளைக் கொட்டிக் கலக்குகிறார்கள். பிறகு, முட்டைக்கோசு, காலி பிளவர், பீட்ரூட், கேரட் அனைத்தையும் தயாரிக்கப் பட்டுள்ள நஞ்சுக் கலவையில் முக்கி எடுக்கிறார்கள்.

அவர்களில் ஒருவரை நோக்கி நான் கேட்டேன். 'இந்த நஞ்சு அனைத்தும் பூச்சி, பூஞ்சனத்தைக் கொல்வதற்கு என்றுதானே சொன்னார்கள். ஏன் அறுவடை செய்தபிறகு பூச்சிக்கொல்லி நஞ்சில் முக்கி எடுக்கிறீர்கள்?' என்று கேட்டேன். அவர்கள் பதில் விசித்திரமாக இருந்தது.

'அறுவடையாகும் காய்கறிகள் உடனடியாக விற்கப்படுவது இல்லை. பல இடங்களுக்கும் போய் வாடிக்கையாளரை சந்திக்கும்போது, ஐந்து நாள் கடந்திருக்கும். அதற்குள் காய்கறி வதங்கி வாடிப் போனால், விற்காமல் இருந்து விடும். அதற்காகத்தான் பூச்சிக் கொல்லியில் முக்கி எடுக்கிறோம்!'

மேட்டூர் இலக்கியக் கழகத்தில் இது குறித்துப் பேசியபோது, ஓர் இளைஞர் எழுந்து, 'ஐயா, நான் நீலகிரியிலிருந்து வருகிறேன். நாங்கள் முட்டைக்கோசை நஞ்சு கலந்த நீரில் முக்கி எடுப்பது இல்லை' என்றார். 'அப்படியானால் நீங்கள் வேறு என்ன செய்கிறீர்கள் என்று சொல்லுங்கள். போகும் இடமெல்லாம் அதைச் சொல்கிறேன்' என்றேன். அந்த இளைஞர் வாய்திறக்கவில்லை.

நீலகிரி போனபோது தெரிந்துகொண்டேன். அவர்கள் சக்தி மிகுந்த பூச்சிக்கொல்லியை, சக்தி மிகுந்த தெளிப்பானில் இட்டு வாரம் ஒரு முறை முட்டைக்கோசு, காலிஃப்ளவர் செடிகளைக் குளிப்பாட்டுகிறார்கள்.

இன்று ஒரு மாற்றம். வான்யா ஓர் என்று பெயர் சூடிய ஒரு சேவகி, தனது நண்பர்களுடன்கூடி 'எர்த் ட்ரஸ்ட்' என்று ஓர் அறக்கட்டளை தொடங்கியுள்ளார். இந்த அமைப்புச் சார்ந்த நண்பர்கள், 'உயிரற்றல் வேளாண்மை'யில் பயிற்சியளிக்கிறார்கள்.

பயிற்சி பெற்ற பள்ளி மாணவர்கள், ஆடவர், மகளிர் அனைவரும் இயற்கை மூலிகைகளைப் பயன்படுத்தி, காய்கறி உற்பத்தி செய்கிறார்கள். அவற்றில் பெரும்பகுதி காய்கறிகள் சென்னையில் மயிலாப்பூரில் உள்ள கடைகளுக்கு வருகின்றன. விஷயம் தெரிந்த நிறையப் பேர் இக்கடைகளைத் தேடி வந்து அரிசி, காய்கறிகள், பருப்பு, தேங்காய் என்று பலவற்றையும் வாங்கிக் கொண்டு போகிறார்கள். அப்படி வழக்கமாக வந்து காய்கறிகளை வாங்குப வர்களிடம் ஒரு கேள்வி கேட்டேன். 'இந்தக் காய்கறிகளில் அப்படி என்ன தான் கண்டுவிட்டீர்கள்?'

அவர்கள் சொன்னார்கள். 'இதன் ருசி தனித்தன்மை கொண்டதாக இருக்கிறது. காய்கறிகள் எளிதில் வாடுவதில்லை. கொஞ்சம் சாப்பிட்டாலே தெம்பாக இருக்கிறது. இதுக்கு மேல வேற என்ன வேணும்?'

அவர்களின் பதில் எனக்கு மனநிறைவைத் தந்தது. விரைவில் ஒரு மாற்றம் வரவிருப்பதையும் தெள்ளத் தெளிவாகப் பார்க்க முடிந்தது.

❖

தபோல்கார் சொல்லும் சூரியஒளி அறுவடை...

'உழுதவன் கணக்குப் பார்த்தால் உழக்கும் மிஞ்சாது' என்பது முதுமொழி. சந்தைக்காக வெள்ளாமை செய்தால் இதுதான் நடக்கும் என்பதை முன்னரே நம் மக்கள் அனுபவப் பட்டுள்ளனர். வெள்ளையருக்கு விளைச்சலை அளந்துவிட்ட பிறகு, உழக்கும் தார்கோலும்கூட மிஞ்சவில்லை என்பதுதான் உண்மை. மிஞ்சியது என்னவோ கடன் மட்டுமே. இன்று நம்மை வெள்ளையர்கள் ஆளவில்லை. ஆனால், சுதந்தர இந்தியாவில்கூட கடன்படாத உழவர் எவரும் இல்லை.

இந்தச் சூழ்நிலையில்தான், பேராசிரியர்தபோல் கார் நம்மை கணக்குப் பார்க்கச் சொல்லுகிறார். இவரது கணக்கு, பண வரவு-செலவுக் கணக்கு இல்லை. சூரிய ஒளி வரவு கணக்கு. எரு, மண் அளவுக் கணக்கு. சூரிய ஒளியை வாங்கும் இலை பரப்பின் கணக்கு.

ஒன்றும் ஒன்றும் இரண்டு என்பது எப்படி நிரந்த ரமோ, அதுபோலவே ஒரு சதுர அடி இலைபரப்பு 8 மணி நேரம் சூரிய ஒளியை அறுவடை செய் தால், ஒளிச்சேர்க்கையின் மூலம் 3 கிராம் குளுக் கோஸ் தயாரிக்கும் என்ற கணக்கும் நிரந்தர மானது.

10

இப்படிச் சொல்கின்ற கணிதப் பேராசிரியர் சிரிபாத தபோல்கார் ஒரு மராட்டிய மாநிலத்தவர். பிரையோக் பரிவார் என்ற ஒரு அமைப்பை ஏற் படுத்தி, அதில் 10 ஆயிரம் விவசாயிகளை இணைத்து அவர்களை விஞ்ஞானி களாகவும் மாற்றிக் காட்டினார். 5 பேர் கொண்ட குடும்பம் ஒரு கல்லூரிப் பேராசிரியர் வாழ்வதுபோல சகல வசதியுடன் வாழ கால் ஏக்கர் நிலம் போது மானது என்று கணக்குப் போட்டுக் காட்டினார் தபோல்கார்.

கால்காணி வெள்ளாமை என்று எதைச் சொல்கிறோம்?

ஒருவர் தனது குடியிருப்பை ஒட்டிய மிகச் சிறிய நிலப்பரப்பில், போதிய வருவாய் படுக்க முடியும். இதற்கு ஏற்ப தோட்டத்தை வடிவமைக்க வேண்டும். வேளாண்மைப் பற்றிய ஆராய்ச்சிகள், கண்டுபிடிப்புகள் அனைத் தையும் கையாளவேண்டும். அன்றாடம் தோட்டத்தில் குறைந்தது நான்கு மணி நேரம் வேலை செய்யவேண்டும். இயற்கையில் செயல்படும் சுழற்சி களைப் புரிந்து செயல்படவேண்டும். இது ஒரு குடும்பத்தை மனநிறை வோடு வாழ வைக்கும் என்கிறார் தபோல்கார்.

தபோல்கார் வலியுறுத்தும் மிக முக்கியமான கண்டுபிடிப்பு என்ன?

புவிக் கோளத்தில் உள்ள எல்லா உயிரினங்களும் தங்கள் ஆற்றல் தேவைக்கு, சூரியனையே நம்பியுள்ளன. சூரியனில் இருந்து கிடைக்கும் ஒளி ஆற்றலை செடி, கொடி, மரங்கள் சர்க்கரையாக மாற்றுகின்றன. இதை ஒளிச்சேர்க்கை என்கிறோம். பூமியை வந்தடையும் சூரிய ஆற்றலில், 100-ல் ஒரு பங்கை செடி கொடி மரங்கள் சர்க்கரையாக மாற்றுகின்றன. இப்படி உற்பத்தி ஆகும் சர்க்கரையில் இருந்தே புரதம், கொழுப்பு போன்ற பிற பொருள்களும் விளை கின்றன.

மண்வளம் எப்படி அமைய வேண்டும்?

மண் தாதுப் பகுதியும், மக்குப் பகுதியும் சம அளவில் கலந்ததாக அமைய வேண்டும். அதாவது, மக்கு 2 லிட்டரில் இருந்தால் தாதுப் பகுதி (தோட்டத்து மண்) 2 லிட்டர் இருக்க வேண்டும். ஒரு சதுர அடி சூரிய ஒளியை அறுவடை செய்ய 4 லிட்டர் கலவை மண் போதுமானது. எந்தவொரு செடிக்கும் 25 செ.மீ. ஆழத்துக்கு குறையாமல் நிலம் பொல பொலப்பாக இருக்க வேண்டும்.

நிலம் தயாரிப்பில் கவனிக்க வேண்டியது என்ன?

நிலத்தை முதலில் பகுதிப் பகுதியாகப் பிரித்துக் கொள்ள வேண்டும். வீடு எங்கே இருக்கிறது, தொழு எங்கே, பழ மரங்கள் எங்கே, விறகு, தீவனம், உரம் தரும் மரங்கள் எங்கே நடப்பட வேண்டும் என்பதைத் தீர்மானித்துக் கொள்ளவேண்டும். தானியத்துக்கு எவ்வளவு இடம், காய்கறி, கிழங்கு எவ்வளவு இடத்தில், பருப்பு, எண்ணெய் வித்து போன்றவை எங்கே பயிரிட வேண்டும் என்று பிரித்துக் கொள்ளவேண்டும். பிறகு நடைபாதைகளை விட்டு, மேட்டுப் பாத்திகள் அமைக்க வேண்டும்.

செடி, கொடி வளர்ச்சியில் நாம் கவனிக்க வேண்டியது என்ன?

மனிதர்களில் ஐந்து பருவங்களைப் பார்க்கிறோம். குழந்தைப் பருவம், விடலைப் பருவம், வாலிபப் பருவம், முதுமைப் பருவம், கிழப்பருவம். இதுபோலவே செடி கொடி மரங்களுக்கும் பருவங்கள் உண்டு. செடிகளில் கணு வளரும் வரை உள்ளது நாற்றுப்பருவம், கணு வந்த பிறகு கிளைத்து வளர்வது இரண்டாவது பருவம். கரு உருவாகும் பொதிப்பருவம் மூன்றாவது பருவம். பூ எடுக்கும் பருவம் நான்காவது பருவம். ஐந்தாவது பருவத்தில் செடிகள் அறுவடைக்குத் தயாராகின்றன.

பயிர்கள் சூரிய ஆற்றலை ஒன்றுபோல பயன்படுத்துகின்றனவா என்றால் இல்லை.

செடி, கொடிகளின், மரங்களின் வளர்ச்சி ஒன்றுபோல் இருப்பதில்லை. அவை சூரிய ஆற்றலைப் பயன்படுத்துவதும் ஒன்றுபோல் இருப்பதில்லை. நெற்பயிர் 8 சதுர அடி பரப்பில் 1 கிலோ நெல் விளைச்சல் தருகிறது. இப்படி விளைந்தால் ஒரு ஏக்கர் நிலத்தில் நான்கு டன் விளைச்சல் எடுக்க முடியும்.

வேர்க்கடலைப் போன்ற பயறுவகை 20 சதுர அடி பரப்பில் ஒரு கிலோ விளைச்சல் தருகிறது. பூசணி, தக்காளி, வெள்ளரி, சுரை போன்ற நீர் மிகுந்த காய்கறிகள், ஒரு சதுர அடி பரப்பில் 2 முதல் 3 கிலோ வரை விளைச்சல் கொடுக்கின்றன. மரவள்ளி, உருளை, இஞ்சி போன்ற கிழங்கு வகைகள், ஒரு சதுர அடிப் பரப்பில் நான்கு மாதத்தில் ஒரு கிலோ விளைச்சல் தருகின்றன. திராட்சை ஒரு சதுர அடிப் பரப்பில் 400 கிராம் விளையும். ஆனால் மாமரம் 3 சதுர அடி இலைப் பரப்பைக் கொண்டு, 400 கிராம் எடை கொண்ட ஒன்று அல்லது இரண்டு பழம் கொடுக்கிறது.

பழச்செடி, கொடி மரங்களில் கவனிக்க வேண்டியது :

மா, சப்போட்டா, எலுமிச்சை போன்ற மரங்கள், மெதுவாக வளரக் கூடியவை. திராட்சை, கொய்யா, மாதுளை, பப்பாளி போன்றவை வேகமாக வளரக் கூடியவை. மாங்கன்று ஒரு ஆண்டில் உயர் மட்டமாகப் பத்து சதுரஅடி இலைகளைப் பரப்பும். நல்ல எரு மண் வளம் இருந்தால், இரண்டாம் ஆண்டில் மிக வேகமாக வளரும். அதாவது, இரண்டாவது ஆண்டில் பத்து சதுர அடி வெயிலை உட்கொள்ளும். மூன்றாம் ஆண்டில் 6 முதல் 8 மடங்கு அதிகமாகும். தண்டு மிகவும் கெட்டியானது. மூன்றாம் ஆண்டு முடிவில், 240 முதல் 320 சதுர அடி வரை இலைப் பரப்பைக் கொண்டதாக இருக்கும்.

எலுமிச்சை, மா, ஆரஞ்சு போன்ற பழ மரங்கள் ஆண்டு முழுவதும் பசுமை யாக இருக்கும். மாதுளை, சீத்தா, கொய்யா, திராட்சை போன்ற வகை மரங்களும் கொடியும் கோடை மற்றும் மழைக் காலங்களில் இலையை உதிர்ப்பது உண்டு.

வாழையைப் பற்றி :

நம் தோட்டத்தில் உள்ள ஒவ்வொரு உயிரினம் பற்றியும் ஆயிரம் தகவல்களை நாம் அறிந்திருக்க வேண்டும் என்று தபோல்கார் சொல்கிறார். பயிர் வளர்ச்சி

குறைந்தாலும் விளைச்சல் குறைந்தாலும் மண்ணில் குறைபாடு இருக்கிறது என்பதை தெரிந்து கொள்ள வேண்டும். எ.கா. வாழை மரத்தில் மாதத்துக்கு மூன்று இலை தோன்றுகிறது. மூன்று இலைகள் பழுக்கின்றன. வாழ்நாளில் 10 மாதத்தில் 30 இலைகள் விடுகின்றன. முதல் இலையைவிட இரண்டாம் இலையின் பரப்பு ஒன்றரை மடங்கு கூடுதலாக இருக்க வேண்டும். இதைப் போலவே இரண்டாம் இலையைவிட மூன்றாம் இலை பெரியதாக இருக்க வேண்டும். அப்படி இல்லாத போது, மண்ணில் குறைபாடு உள்ளது என்பதை உணர்ந்து நிலத்தைச் சீர் செய்யவேண்டும். ஐந்தாம் இலை முதற் கொண்டு சராசரியாக ஒரு இலை பன்னிரண்டு சதுர அடி பரப்பு கொண்டிருக்க வேண்டும். வாழைத்தார் முற்றும்போது, 12 சதுர அடி பரப்புக் கொண்ட 15 இலைகள் இருக்க வேண்டும். அப்படி இருந்தால் வாழைத்தாரின் எடை, 30 முதல் 40 நாட்கள் ஆகின்றன.

கவாத்து செய்தல் :

திராட்சை நன்கு காய்ப்பதற்கு கவாத்து வாங்குதல் முக்கியம். மேலே சொன்னதுபோல், ஒவ்வொரு பதினைந்து இலைக்குப் பிறகும் நுனியைக் கிள்ளுவதன் மூலம் முதல் ஆண்டிலேயே விளைச்சல் எடுக்க முடியும். மராட்டிய மாநிலத்தில் முதலாம் ஆண்டிலேயே ஒரு ஏக்கர் பரப்பில் பதினாறு டன் திராட்சை அறுவடை எடுக்கிறார்கள். அவர்கள் விதை இல்லா திராட் சையை பயிர் செய்கிறார்கள். விதையில்லாப் பழம் கடைக்குச் செல்லும் போது, காற்றும் நீரும்தான் வெளியேறுகிறது என்று சொல்கிறார்தபோல்கார். அறுவடைக்குப் பின்பு இலைகளைக் கவாத்து செய்து நிலத்தில் இடும்போது, நிலத்தில் இருந்து எடுக்கப்பட்ட நுண்ணூட்டங்கள் மீண்டும் திருப்பி அளிக் கப்படுகின்றன என்றும் சொல்கிறார். இவர் உழவர்களுடன் இணைந்து செய்த ஆராய்ச்சி உலகத்துக்கு ஒரு முன்மாதிரி ஆகும்.

கத்தரிக்காய் வெண்டைக்காயிலும் பி.டி.யா!

அது என்ன பி.டி. கத்தரிக்காய் என்று கேட்கத் தோன்றுகிறதா?

டி.பி. என்றால் கேள்விப்பட்டிருப்பீர்கள். எலும்பு புருக்கி நோய். அதை உண்டு பண்ணுவது 'பேசில்லஸ் டியூபர் குளோசிஸ்' என்று ஒரு கிருமி. அதுபோல, இதுவும் ஒரு 'பேசில்லஸ்' கிருமிதான். இதற்குப் பெயர் 'பேசில்லஸ் துரிஞ்சி யென்சிஸ்.'

இது கத்தரிக்காயுடன் ஒட்டிக் கொண்டது எப்படி? கொஞ்சம் பின்னோக்கிப் போவோம். இரண்டாம் உலகப் போருக்குப் பின்பு உணவு உற்பத்தியில் வணிகம் இறக்கை கட்டிக் கொண்டது. ஒட்டு விதைகள், ரசாயன உரம், பூச்சிக்கொல்லி, களைக் கொல்லி என்று பலவற்றையும் விற்று பன்னாட்டு கம்பெனிகளும் லாபம் குவித்தன. இந்தியாவில் பதிவு செய்யப்பட்ட பூச்சிக்கொல்லி நஞ்சுகள் எண்ணிக்கை 147. இதில் ஒரு வேடிக்கை என்ன வென்றால், பூச்சிக்கொல்லி நஞ்சைக் குடிக்கும் உழவர் இறந்து போகிறார். பூச்சி சாக மறுக்கிறது.

கத்தரிக்காய், வெண்டைக்காய், புடலங்காய் பறிப்பதற்கு இரண்டுநாள் முன்புகூட பூச்சிக் கொல்லியைத் தெளிக்கிறார்கள். இந்தியாவில் ஆண்டுதோறும் தெளிக்கப்படும் பூச்சிக் கொல்லி

11

யின் அளவு, எழுபத்தைந்தாயிரத்து நானூற்றுப் பதினேழாயிரம் டன். இதனால், பூச்சிக் கொல்லிக்கு எதிராக, பூச்சிகள் எதிர்ப்புச் சக்தியை வளர்த்துக் கொண்டன. நஞ்சு காய்கறி, பால், பழம், தாய்ப்பால் என எங்கும் எதிலும் காணப்படும் பொருளாயிற்று. உழவர்கள் தற்கொலை செய்து கொண்டார்கள். கனடாவில் உள்ள அனைத்துலக வளர்ச்சி ஆராய்ச்சி மையம் கணித்தபடி ஆண்டுதோறும் உலகில், 10,000 பேர் பூச்சிக் கொல்லியால் மடிகிறார்கள். இன்னுமொரு நான்கு லட்சம் பேர் பலவகை நோய்க்கு ஆட்பட்டு அல்லல் படுகிறார்கள். இதில் மிக முக்கியமான கண்டுபிடிப்பு என்னவென்றால், ரசாயன பூச்சிக் கொல்லிகள் தெளித்ததனாலேயே பூச்சிகள் பெருகுகின்றன. பறவைகளும் பூச்சி உண்ணும் பூச்சிகளும் மடிந்து போயின. எதிர்ப்பு இல்லாமற் போனதால், செடியுண்ணும் பூச்சிகள் மலிந்து போயின.

இதன் விளைவாக, உயிரியல் பூச்சிக் கட்டுப்பாடு புழக்கத்துக்கு வந்தது. நம்மைப் போன்றவர்கள் மூலிகைச் சாற்றைத் தெளித்து பூச்சிகளைக் கட்டுப் படுத்த மக்களுக்குச் சொல்லித் தருகிறோம்.

இனிமேலும் பூச்சிக் கொல்லிகளை விற்றுக் காசு பார்க்க முடியாது என்று முடிவு செய்த கோடீசுவர கம்பெனிகள் மரபணு மாற்று விதை உற்பத்தியில் கால் வைத்தன.

மரபணு மாற்றுவிதை உற்பத்தியா? அது என்ன என்று கேட்கிறீர்களா?

முன்பெல்லாம் கலப்பினங்களைத் தோற்றுவிக்கப் பெற்றோர்களை மாற்றி னார்கள். இப்போது மரபணுக்களை இடம் மாற்றுகிறார்கள். உதாரணத்துக்கு, சீமைக் காளையை நாட்டுப் பசுவுடன் இணை சேர்த்தார்கள். இப்போது மாட்டின் ஜீனையே மாற்றுகிறார்கள்.

இந்த ஜீன் மாற்றம், மிகவும் நுட்பமானது. செடி, கொடியின் (ஜீன்) மரபணு வைக்கூட விலங்கில் பொருத்தலாம். ஒரு விலங்கின் ஜீனை ஒரு செடியில் பொருத்த முடியும். இதில் பல சாதகங்களும் பாதகங்களும் உண்டு. சாதகம் என்று பார்த்தால் தவளையில் உள்ள ஒரு ஜீனை, தக்காளி விதையில் பொருத்த லாம். தக்காளிப் பழம் கீழே விழும்போது, கிழியாது. கோழிக்கால் ஜீனை தக்காளி விதையில் பொருத்தும் போதும், இதே விளைவு ஏற்படும். ஆனால், ஒரே ஒரு சின்ன நெருடல். இந்த வகையில் வளர்க்கப்படும் காய்கறிகளைச் சாப்பிடுகிறவர்கள் யாரும் தன்னை வெஜிடேரியன் என்று சொல்லிக்கொள்ள முடியாது, அவ்வளவுதான்.

இப்போது, கத்தரிக்காய்க்கு வருவோம். சாதாரணமாக, கத்தரிச் செடியின் தண்டையும் காயையும் துளைத்துக் கொண்டு ஒரு புழு உள்ளே செல்லும். ஆனால், காய்ப்புழு தாக்காத ஒரு கத்தரி விதையை மான்சேன்டோ கம்பெனி உருவாக்கியிருக்கிறது. தலைப்பில் சொல்லியதுபோல பி.டி. ஜீனைக் கத்தரி விதையில் பொருத்தியுள்ளது. பி.டி. பாக்டீரியா நஞ்சைச் சுரக்கிறது. அதனால், தண்டையோ, காயையோ புழு சாப்பிடாது. புழுவே சாப்பிட முடியாத அளவுக்கு நஞ்சாகிப் போகும் கத்தரிக்காய் மனிதர்கள் உண்ணத் தகுந்ததுதானா?

இது மட்டுமல்ல, இன்னொரு ஆபத்தும் உள்ளது. விதையில் ஜீனைப் பொருத் தும்வரையில்தான், அது விஞ்ஞானியின் கட்டுப்பாட்டில் இருக்கும். விதை முளைக்கும்போது, தானாகவே இடம் மாறிவிடும். பூ மலரும்போது, அங்கு நகர்ந்து மகரந்தத்தை மலடாக்கிவிடும்.

தேனெடுக்க வரும் வண்டு, குளவி, தேனீக்கள் மூலம் பக்கத்துத் தோட்டத்துச் செடிகளுக்கும் தாவி மலடாக்கிவிடும். இந்தக் கத்தரிக்காயைச் சாப்பிடும் மனிதர்களின் உறுப்புக்களில் என்ன மாறுதல்கள் ஏற்படுமோ? முன்பே அளவுக்கதிகமான பூச்சிக்கொல்லித் தெளிப்பால் சர்க்கரைநோய், புற்றுநோய், சிறுநீரகக் கோளாறு, நரம்புக் கோளாறு, ஆண் மலடு என்று மனிதரைத் தொற்றிய நோய்கள் நூறு விதம்.

ஜீன் உயிர் விட்டு உயிர் தொற்றும் போக்கை, ஜீன் மாசுபாடு என்று சொன் னோம். கம்பெனிகள், வெறும் 50 மீட்டர் தூரம்தான் இந்த மரபணுக்கள் பரவும் அபாயம் உள்ளது என்று சொல்கிறார்கள்.

சமீபத்தில் அமெரிக்க கோல்ப் கிளப் மைதானத்துச் செடியின் மகரந்தத் தூள், 21 கிலோ மீட்டர் தூரம் தள்ளிப் பயணம் செய்திருப்பது கண்டுபிடிக்கப் பட்டுள்ளது. நமது தோட்டத்துச் செடியில் ஜீன் மாசு வந்தால், மான் சேன்ட்டோ நமக்கு இழப்பீடு கொடுக்காது. நாம்தான் கம்பெனிக்கு ராயல்ட்டி கொடுக்க வேண்டும். இப்படி கம்பெனி, வயல் பார்த்து வழக்காடி சம்பாதிப்பதற்காக ஒதுக்கியுள்ள பணம் ஒரு கோடி டாலர்கள். பணிபுரியும் ஆள்கள் 75 பேர்.

சர்வதேச விஞ்ஞானிகள் ஊதும் எச்சரிக்கைச் சங்கு இதுதான்.

- மரபணு மாற்று உணவு, நஞ்சுள்ளதாக இருக்கக்கூடும்.

- மரபணு, மனித உடலில் ஒவ்வாமையை உண்டு பண்ணும்.

- மரபணு, மனித உடலில் நோய் எதிர்ப்புச் சக்தியைச் சிதைக்கும்.

- மரபணு, உயிரினப் பன்மயத்தை அழிக்கும்.

பி.டி. மரபணு, கத்தரிக்காயுடன் அடங்கிப் போகும் ஒன்றல்ல. அடுத்து, வெண்டை, தக்காளி, நிலக்கடலை, சோளம், கடுகு, மக்காச்சோளம், பப்பாளி, நெல், உருளைக்கிழங்கு, வாழைப்பழம் என்று உண்ணும் பொருள் அத்தனையையும் மாசுபடுத்தும் ஆராய்ச்சி நடந்து கொண்டிருக் கிறது. இந்தியப் பல்கலைக்கழகங்கள் இதுபோன்ற ஆராய்ச்சிக்குள் இறங்கு வதற்கு எதிர்ப்பு வலுக்கிறது.

மான்சேன்ட்டோ பி.டி. கத்தரிக்கு இப்படியொரு எதிர்ப்புக் கிளம்பிய தால்தான், தடைபட்டு நிற்கிறது. மரபணு மாற்று விதை, உணவு போன்ற வற்றை நாட்டுக்குள் அனுமதிப்பதற்கு ஒரு கமிட்டி உள்ளது. மக்கள் எதிர்ப்பு கண்டு இந்த கமிட்டி ஒப்புதல் தருவதைத் தள்ளிப்போட்டு வருகிறது.

பி.டி. மரபணு புகுந்து விட்டால், எதையுமே 'இயற்கையில் விளைந்தது' என்று 'சான்று' பெற முடியாது. ஏற்றுமதி செய்ய இயலாது.

உத்தராஞ்சல் முதல்வர் 'எனது மாநிலத்தில் பி.டி.பயிர்களை நுழைய விடமாட்டேன்' என்று உறுதி கூறியுள்ளார். கேரள மாநில முதல்வர் அச்சுதானந்தனும் பீ.டி.க்கு அனுமதி இல்லை என்று சொல்லிவிட்டார். ஐரோப்பாக் கண்டம் முழுவதும் பி.டி. உணவைப் புறக்கணித்துள்ளன. பட்டினி கிடக்கும் ஆப்பிரிக்கா, 'எங்கள் விதைகளை அழிக்கும் பி.டி. சோளம் வேண்டாம்' என்று மறுத்துவிட்டது.

பி.டி. கத்தரிக்காய் முதல் முதலாக இந்திய மக்களுக்குத்தான் ஊட்டிவிடப்படவுள்ளது. என்ன செய்யப் போகிறோம்? கைகட்டி வாங்கிக் கொள்ளப் போகிறோமா? நிலாக் காட்டி ஊட்டி விடவும் இங்கு ஆட்கள் உண்டு. 'எல்லா அநீதிகளும் தமிழ்நாட்டில் நடைமுறைக்கு வருகின்றன. இங்குதான் இளிச்சவாயர்கள் இருக்கிறார்கள்' என்று பெரியார் முதல் பல சிந்தனையாளர்களும் அளவிறந்த பற்றின் காரணமாக, நொந்து கொள்வதுண்டு. இதை உண்மையென்று மான்சேன்டோ நம்பிவிட்டதோ என்று நினைக்கத் தோன்றுகிறது. இல்லை என்று நிரூபிப்பதற்குத் தமிழ் நாட்டுக்கு இது தக்க தருணம்.

என்றும் வேண்டாம் பி.டி. விதை

29.01.07-ம் தேதியிட்ட நாளிதழ்களில் ஒரு தகவல் வெளியானது.

'பி.டி. பருத்தி விதையால் விவசாயிகள் பாதிப்பு. ரூ.1.45 கோடி இழப்பீடு : வேளாண் அமைச்சர் வழங்கினார்.'

'தர்மபுரி மாவட்டத்தில் தரமற்ற பி.டி. பருத்தி விதையை நடவு செய்து பாதிக்கப்பட்ட விவசாயி களுக்கு நிவாரண உதவித் தொகையை தமிழக வேளாண்மைத் துறை அமைச்சர் வீரபாண்டி ஆறுமுகம் ஞாயிற்றுக்கிழமை வழங்கினார்.'

2909 ஏக்கர் பரப்பளவில் பி.டி. பருத்தி பயிர் செய்து பாதிக்கப்பட்ட 1922 உழவருக்கு, ஏக்கருக்கு 5000 ரூபாய் வீதம் இழப்பீடு வழங்கப்பட்டது.

விழாவில் தொடர்ந்து பேசிய அமைச்சர், பல் கலைக்கழகத்தின் சாதனைகளைப் பற்றிப் பெருமைபடப் பேசியுள்ளார். அதை நோக்கும் போது, உலகெங்கும் நடைபெறும் விவாதம் பற்றி அமைச்சருக்குச் சரியான தகவல் தரப்பட வில்லையோ என்கிற சந்தேகம் நமக்கு வருகிறது. அமைச்சர் இப்படிக் கூறியிருக்கிறார்.

'பிற பல்கலைக்கழகங்களோடு போட்டி போட்டுக்கொண்டு தமிழ்நாடு வேளாண்மைப்

12

பல்கலைக்கழகம் புதிய ரகப் பயிர்களை, விதைகளை அறிமுகப்படுத்தியது. விவசாயிகளுக்கு பல நவீன தொழில்நுட்ப முறைகளை உருவாக்கி நெல், சிறு தானியம், எண்ணெய் வித்துக்கள், தோட்டக்கலைப் பயிர்கள் ஆகியவற்றில் அதிக மகசூல் கிடைக்க வழி வகுத்தது.'

தமிழ்நாடு வேளாண்மைப் பல்கலைக்கழகம் புதிய விதைகளையும் தொழில் நுட்பங்களையும் புகுத்தியது என்னவோ உண்மைதான். அப்படிப் பச்சை யாகப் புரட்சி செய்ததன் விளைவு என்னவாக இருந்தது என்று சீர்தூக்கிப் பார்ப்பது வருங்காலத்தில் உழவாண்மை எப்படி இருக்க வேண்டும் என்பதைத் தீர்மானிக்க உதவும்.

'அதிக அளவில் பயன்படுத்திய ரசாயனங்களால் மண் வளம் பாதிப்பு, மண் அரிப்பு, சுற்றுச்சூழல் பாதிப்பு, மண் மற்றும் விளை பொருள்களில் எஞ்சிய நச்சுத்தன்மை போன்றவை பெருமளவில் நேர்ந்துள்ளன. மேலும், அளவுக்கு அதிகமாக இடப்பட்ட ரசாயன உரங்களால் தொடக்கத்தில் அதிக விளைச்சல் கிடைத்தாலும் காலப் போக்கில் விளைச்சல் குறைந்து கொண்டே வருகிறது.'

இப்படிச் சொல்வது வேறுயாருமல்ல. தமிழ்நாடு வேளாண்மைப் பல்கலைக் கழகத் தோட்டக் கலைக் கல்லூரி முதல்வர், முனைவர், இ.வடிவேல் அவர்கள்தான்.

இன்னொரு கருத்தைப் பார்ப்போம்.

'நவீன வேளாண் உற்பத்தி முறை புகுத்தப்பட்டதால், சமூகத்தின் தற்சார்பும் தன்னிறைவும் பறிபோயின. பயிர்ச் செடிகளின் பல்லுயிர்த் தன்மை சிதை வுற்றது. பயிர்களும் பயிர் ரகங்களும் பிற உயிர் ரகங்களும் மறைந்து ஒழிந் தன. வேளாண் வளர்ச்சிக்கு முற்றிலும் வித்தியாசமானதொரு அணுகு முறையே இன்றைய தேவை.'

இப்படிச் சொல்லியிருப்பவர், தமிழ்நாடு வேளாண் பல்கலைக்கழக முதல் வர், டாக்டர் கே.வணங்காமுடி (பார்க்க, 'தமிழ்நாடு வேளாண் உயிரியப் பன்மயத்தின் இன்றைய நிலை' நூலுக்கு முன்னுரை.)

'எதிர்வரும் தலைமுறைக்காகப் பன்மயம் காப்போம்' என்ற தலைப்பில், பாரதிதாசன் பல்கலைக்கழகம் 300 அறிஞர்களைத் திரட்டி ஒரு மாநாடு நடத்தி யுள்ளது. அந்த மாநாட்டில் வெளியிடப்பட்ட கருத்தும் சிந்தனைக்குரியது.

'இயற்கை ஆதாரங்கள் வரம்பு கடந்து சுரண்டப்பட்டதால், சூழலும் மனித ஆரோக்கியமும் நெருக்கடிக்கு ஆளாகியுள்ளன. காட்மியம், ஈயம், ஆர்கனிக் போன்றவை, பிறக்கும் குழந்தையின் தொப்புள் கொடியிலும் காணப்படு கின்றன. உணவிலும், தொப்புள் கொடியிலும் தாய்ப்பாலிலும் பூச்சிக் கொல்லி நஞ்சு காணப்படுகிறது.

ஒவ்வோர் ஆண்டும் 4000 உயிரினங்கள் அழிகின்றன. ஒவ்வோர் ஆண்டும் ஒரு விழுக்காடு வெப்பமண்டலக் காடு அழிகிறது. ஒவ்வோர் ஆண்டும் 5 இன வளர்ப்புக் கால்நடைகள் அழிகின்றன. புதுப்பிக்கப்படக் கூடிய

வேகத்தை விடவும் 13 மடங்கு வேகமாக மேல் மண் அரித்து எடுத்துச் செல்லப்படுகிறது. 2005-ல் 37 சதவிகிதப் பயிர் நிலங்கள் தரிசாக மாறின. சேமிக்கப்படுவதைப்போல இருமடங்கு தண்ணீர் உறிஞ்சப்படுகிறது.'

மனித உடலில் பூச்சிக் கொல்லி நஞ்சு சேர்வது குறித்து தோட்டக் கலை ஆராய்ச்சி நிலையத் தலைவர், முனைவர், ந.செல்வராஜ் எழுதியிருப்பதைப் பார்ப்போம்.

'பழம், காய்கறி, பால் மற்றும் பால் பொருள்கள் போன்றவற்றில் 30 விழுக் காடு எஞ்சிய நச்சுத்தன்மை இருப்பதாக, லக்னோவில் உள்ள இந்தியன் இன்ஸ்டிடியூட் ஆஃப் டாக்சிகாலஜி தெரிவித்துள்ளது. மேலும், ஒவ்வொரு நாளும் நாம் உட்கொள்ளும் 2000 கலோரி வெப்பம் தரும் அரிசி அல்லது சப்பாத்தியில் அரை மில்லி கிராம் அளவு நச்சுத்தன்மை இருப்பதாக, உலக சுகாதார நிறுவனம் (WHO) சொல்கிறது. இந்த நச்சு ரசாயனப் பொருள்கள், 50 மில்லி கிராம் அளவு சிறுகுடலில் சேருமானால் இதயம், மூளை, கல்லீரல், நுரையீரல் ஆகியவை பெரும்பாதிப்புக்கு உள்ளாகும்.

கடந்த 30 ஆண்டுகளில் பூச்சிக்கொல்லி மற்றும் பூஞ்சானக் கொல்லிகளின் உபயோகம் முறையே 12 விழுக்காடு மற்றும் 26 விழுக்காடு உயர்ந்துள்ளன. பூச்சிக்கொல்லிகளை அளவுக்கு அதிகமாகத் தெளிப்பதால் நன்மை செய்யும் பூச்சிகள் அழிக்கப்பட்டு, தீமை செய்யும் பூச்சிகள் அதிகமாக உற்பத்தி ஆகின்றன. மேலும் உரங்களைத் தொடர்ந்து உபயோகப்படுத்துவதனால் பயிர்களுக்குக் கேடு விளைவிக்கும் பூச்சிகள் அதிக எதிர்ப்புத் தன்மையைப் பெற்று விடுகின்றன. அதனால் இவற்றைக் கட்டுப்படுத்துவது சிரமமாகி விடுகிறது. தொடர்ந்து வேதி உரங்களைப் பயன்படுத்தினால், அது வரும் சந்ததியரையும் பாதிக்கும் என்பதில் ஐயமில்லை.'

எம்.எஸ்.சுவாமிநாதன், வறுமை ஒழிப்புப் பற்றி கூறி இருப்பது சிந்தையில் கொள்ளத்தக்கது. 'சீனாவைப் பொறுத்தவரையில் சுமார் 10 ஆண்டுகளில் 12 கோடி அளவுக்கு மக்கள் தொகை அதிகரித்த போதிலும், அந்நாடு சுமார் நான்கு கோடி மக்களை உணவுப்பற்றாக்குறையிலிருந்து மீட்டு, அதிசயிக் கத்தக்க வகையில் சாதனை படைத்துள்ளது.

அதன் அருகில் இருக்கும் வியட்நாம் நாட்டில், 31 சதவிகிதம் பேர் ஊட்டச்சத்து இன்றித் தவித்துக் கொண்டிருந்தனர். அந்த எண்ணிக்கையை 17 சதவிகிதம் என்ற அளவுக்குக் குறைத்து அந்த நாடும் சாதனை புரிந்துள்ளது. இதற்குக் காரணம், இந்த இரு நாடுகளும் மொத்த உள்நாட்டு உற்பத்தி விஷயத்தில் தொழில் வளர்ச் சியை மட்டுமே கருத்தில்கொள்ளாமல், வேளாண் வளர்ச்சியிலும் ஊரக வளர்ச் சியிலும் அதிக கவனம் செலுத்தியதுதான்.

தகவல் தொழில்நுட்பத்தின் அபார வளர்ச்சி, வான்வெளி ஆராய்ச்சி மற்றும் அறிவியலின் அசாத்திய வளர்ச்சி ஆகியவை அனைவருக்கும் உணவு என்ற லட்சியத்தை அடைய உதவவில்லை. அவை நகர்ப்புறங்களையும் குறிப் பிட்ட சிறு அளவிலான மக்களையும்தான் மேம்படுத்தியுள்ளன. இந்த

உலகம், பத்து ஆண்டுகளுக்கு முன்பைவிட வசதி வாய்ப்புகள் நிறைந்ததாக உள்ளது. தேவையான உணவும் உள்ளது.

மேலும் விலைவாசி உயராமல் உணவுப் பொருள்களைக் கூடுதலாக உற்பத்திச் செய்யவும் முடியும். பட்டினியைக் குறைக்கத் தேவையான அறிவும் ஆதாரமும் உள்ளது. ஆனால், இந்த ஆதாரங்களை ஒருங்கிணைத்து. தேவையில் துடிப்பவர்களுக்கு உணவுப் பொருள்களைக் கொண்டு சேர்க்க அரசியல் திராணிதான் இல்லை.' (பார்க்க பசுமை விகடன் 25.02.07).

மேலே கண்ட மேற்கோள்கள், இரண்டு உண்மைகளை நமக்கு விளக்கு கின்றன. பச்சைப் புரட்சிக் காலத்தில் தமிழ்நாடு வேளாண் பல்கலைக் கழகம் வெளியிட்ட விதைகளும், தொழில்நுட்பங்களும் 60 விழுக்காடு உழவர் களையும், 100 விழுக்காடு நுகர்வோரையும் மட்டும் துன்பத்துக்கும் துயரத் துக்கும் ஆளாக்கவில்லை. இயற்கை வள ஆதாரங்களான நிலத்தையும் நீரையும் மாசுபடுத்திவிட்டன. பயிர்களும் விதைகளும் கால்நடைகளும் மறைந்து போயின.

இரண்டாவதாக, தேசிய உழவர் கமிஷன் தலைவர் எம்.எஸ்.சுவாமிநாதன் சொல்லியிருப்பதுபோல, பஞ்சத்தை ஒழிப்பது, பச்சிளங் குழந்தைகளுக்குச் சத்துணவு அளிப்பதெல்லாம் விஞ்ஞானிகள் செய்யக்கூடியது அல்ல. மக்களால் தேர்ந்தெடுக்கப்பட்டுள்ள மக்கள் பிரதிநிதிகள் வகுக்கும் கொள்கைகளைப் பொறுத்தது. 'கடந்த அறுபது ஆண்டுகளில் ஓர் உருப்படியான வேளாண் கொள்கை உருவாக்கப்படவில்லை' என்றும் வேளாண்மை அமைச்சகத்துக்குக் கொடுத்த அறிக்கையில் சொல்லியிருக்கிறார் சுவாமிநாதன்.

'வேளாண்மை, மாநில அரசின் பட்டியலில் உள்ளது' என்று சொல்லும் எம்.எஸ்.எஸ்., மாநில அரசு தனது பொறுப்பைத் தட்டிக்கழிக்க முடியாது என்பதையும் சொல்லாமல் சொல்கிறார். பல்வேறு தட்பவெப்ப நிலைமை களைக் கொண்ட தமிழகத்துக்கு, ஒரே மாதிரித் திட்டம் செயல்படுத்த முடியாது.

மக்கள் வாழ்க்கையை விதை கம்பெனியிடம் ஒப்படைக்க முடியாது. தக்க தருணத்தில் குறுக்கிட்டு இழப்பீடு வாங்கித் தந்திருக்கிறார் அமைச்சர்.

இந்தியாவிலேயே தர்மபுரியில்தான் முதன்முதலாக மான்சேன்டோவிட மிருந்து இழப்பீடு வாங்கித் தந்ததாகச் சொல்லியிருக்கிறார். உண்மைதான். ஆந்திராவில் 22,130 ஏக்கர் பரப்பில் இழப்பு ஏற்பட்டபோது, அரசாங்கம் ரூ.3.3 கோடி இழப்பீடு கொடுக்கச் சொன்னதை கம்பெனி மறுத்து நீதிமன்றம் சென்றுவிட்டது.

விதர்பா பகுதியில் 1.07.07 அன்று பிரதமர் நேரில் சென்று பார்வையிட்டார். அது முதலாக 5.02.07 முடிய அப்பகுதியில் 1052 உழவர்கள் தற்கொலை செய்து கொண்டுள்ளார்கள். அங்கு எந்த நடவடிக்கையும் எடுக்கப்படவில்லை.

தமிழ்நாட்டில் மகிகோகம்பெனி விதைகள் சரி இல்லாததுதான் பிரச்னைக்குக் காரணம் என்று தெரிந்தது. வேளாண்துறை அமைச்சர் வீரபாண்டி ஆறுமுகம்

உடனடியாகத் தமிழக முதல்வரிடம் பேசி 'அந்த கம்பெனியின் எந்த விதைகளையும் இனி தமிழகத்தில் விற்பனை செய்யக் கூடாது' என்று உத்தரவு போட்டிருக்கிறார். (பார்க்க ஐ.ஈ.வி.3.1.07.) இது போலவே மான்சேன்டோ கம்பெனியின் மக்காச் சோளத்தைப் பயிரிட்டு திண்டுக்கல், ஈரோடு, கோவை மாவட்ட உழவர்கள் பாதிக்கப்பட்டிருக்கிறார்கள். அவர் களுக்கும் இழப்பீடு வாங்கிக் கொடுக்க அமைச்சர் நடவடிக்கை எடுக்க வேண்டும்.

கோவை ஆலந்துரில் அனுமதி பெறாத நெல்லை மான்சேன்டோ மற்றும் மகிகோ கம்பெனி பயிர் செய்திருந்தது தமிழக அரசுக்குத் தெரியாது என்று 8.12.06 அன்று அமைச்சர், சட்டமன்றத்தில் அறிவித்தார்.

ஆனால், நாங்கள் பார்த்துப் படித்துக் கொண்டிருக்கிறோம் என்று பல்கலைக் கழகத் துணைவேந்தரும் தாவர மூலக்கூறு இயக்குனர் பி.பாலசுப்பிர மணியனும் கூறியுள்ளார்கள். பி.டி. பருத்தி ஒன்றுக்கு மட்டுமே களப் பரி சோதனைக்கு அனுமதி வழங்கப்பட்டிருந்ததாக எம்.எஸ்.சுவாமிநாதன் அறிக்கை கூறுகிறது. தவறு செய்யும் கம்பெனிக்கு உடந்தையாக இருந்த விஞ்ஞானிகள் அமைச்சருக்குத் தகவல் தராமலும் இருந்திருக்கிறார்கள் என்பது இதிலிருந்து தெரிகிறது.

8.12.06அன்று சட்டப் பேரவையில் கேள்வி எழுப்பிய பேரவை உறுப்பினர்கள், பீட்டர்அல்போன்சு, வேல்முருகன், ஜி.கே.மணி, ஞானதாஸ் ஆகியோர் மரபணு விதைகளைத் தமிழகத்தில் அனுமதிக்கக் கூடாது என்று கோரிக்கை வைத்துள்ளார்கள்.

ஈரோட்டில் பிப்.17,18,2007-ல் கூடிய தமிழ்நாடு விவசாய சங்கங்களின் கூட்ட மைப்பு, மரபணு மாற்று விதைப் பற்றி தீர்மானம் நிறைவேற்றியுள்ளது.

பாரம்பரியத்தையும் பரம்பரையையும் கட்டிக் காப்பவை மரபணுக்கள். இவ்வாறான மரபணுக்கள் மாற்றப்பட்ட மலட்டு விதைகள் இந்தியாவுக் குள்ளும் அறிமுகப்படுத்தப்பட்டுள்ளன. இவை நோய் நொடிகளைத் தாங்கி வளரும் என்றும் நிறைவான மகசூலைத் தரும் என்றும் சொல்வது ஒரு பக்கம். இவ்வாறான பி.டி. விதைகளைப் பயன்படுத்திய விவசாயிகளே அதிக அளவில் தற்கொலை செய்து கொண்டுள்ளனர் என்று அழுவது மறுபக்கம்.

1969 வாக்கில் நாடெங்கிலும் பசுமைப் புரட்சி ஏற்பட்ட போதும் இப்படித் தான் சொன்னார்கள். இப்புரட்சி, நிலத்தையும் நீரையும் சுற்றுப்புறச் சூழலையும் கெடுத்துவிட்டது என்று அறிமுகப் படுத்தியவர்களே காலங் கடந்து கூப்பாடு போடுகிறார்கள்.

மரபணு மாற்றப்பட்ட விதைகள் இதைப் போலவோ அல்லது இதைவிட மோசமானதொரு சூழ்நிலைக்கோ கொண்டு போய்விட்டால் என்ன செய்வது? ஆகவே, பகுத்தறியாமல் எந்த முடிவுக்கும் வந்துவிடக் கூடாது.

பி.டி. விதைகள் ரசாயன உரத்தையோ, பூச்சிக் கொல்லியையோ முற்றாகத் தவிர்க்கவில்லை. மாறாக, மிகக் கொடிய களைக் கொல்லிகளைப் பரிந்துரை

செய்கிறது. அது மண் வளத்தைக் கெடுப்பது மட்டுமல்லாமல் மோசமான களைகளையும் தோற்றுவிக்கிறது.

ரசாயனப் பூச்சிக்கொல்லிகளைத் தெளிக்கச் சொன்னோம். அதைத் தடை செய்து விடலாம். பி.டி. அப்படியல்ல. வயல் வெளியில் புகுந்துவிட்டால் அது பரவலை யாராலும் தடுக்க முடியாது. அதுவும் இயற்கை உழவாண்மை உழவரையும் உண்போரையும் கை தூக்கிவிடும் இத்தருணத்தில், பி.டி.யைத் தடை செய்வது மிகவும் அவசியமான ஒன்று.

நாளேடுகளில் அண்மையில் வந்த செய்திகள் முக்கியமானவை.

★ ரசாயனப் பூச்சிக்கொல்லிகளும் பி.டி. விதையும் இல்லாமல் பருத்தியில் விளைச்சல் எடுக்கலாம்.

★ காரைக்கால் கல்லூரி வழி நடத்திய உழவர், இயற்கை வழியில் ஏக்கருக்கு 3000 கிலோ நெல் அறுவடை செய்தார்.

★ திருவாரூர் மாவட்டத்தில் முன்னாள் சட்டமன்ற உறுப்பினர். திரு.மணி மாறன் தலைமையில் ஒரு கிராமமே இயற்கைக்குத் திரும்புகிறது.

★ திருந்திய சாகுபடி முறையில் புதுக்கோட்டை மாவட்டம் ஆலங்குடியில் ஓர் உழவர், 60 கிலோ மூட்டை 60 மூட்டை அறுத்தடித்தார்.

★ நாங்கள் இயற்கை வேளாண்மைக்கு விரோதியல்ல - வேளாண் பல்கலைக் கழகத் துணைவேந்தர் பேட்டி.

இதையொட்டி இன்னொன்றையும் பார்ப்போம். தமிழ்நாடு வேளாண் பல்கலைக்கழகம் ஒரு புத்தகம் வெளியிட்டுள்ளது. அதன் பெயர், 'தோட்டக் கலைப் பயிர்களில் நவீன இயற்கை வேளாண்மை'. இந்தப் புத்தகத்தில் மலைப்பகுதி மேம்பாட்டுத் திட்டத்தின் இயக்குனர், ஷன் சோங்காம் (இ.ஆ.ப) கூறுவது சிந்தனைக்குரியது.

'இயற்கை வழி வேளாண் முறையில் வேளாண் பொருள்களின் விளைச்சல் மற்றும் தரம் அதிகரிப்பது ஆராய்ச்சிகளின் மூலமாக நிரூபிக்கப்பட்ட உண்மையாகும். மேலும், இயற்கை வேளாண்மையில் விளைவிக்கப்பட்ட பொருள்களுக்கு நல்ல ஏற்றுமதி வாய்ப்பு உள்ளது. நீலகிரி மாவட்டம் ஒரு ஏற்றுமதி மண்டலமாக அறிவிக்கப்பட்டுள்ளது. இங்கிருந்து ஏற்றுமதி யாகும் காய்கறிகள், பழங்கள், வாசனைத் திரவியம் மற்றும் மலர்கள் போன்றவை இயற்கை வேளாண்மை மூலம் உற்பத்தியானவை எனச் சான்றளித்தால் மட்டுமே ஏற்றுமதி செய்ய முடியும். எனவே, நீலகிரி விவசாயிகள் ரசாயனங்களைப் பயன்படுத்தி விவசாயம் செய்வதைத் தவிர்த்து இயற்கை வழி வேளாண்மைக்கு மாற வேண்டும்.'

இப்படி உழவாண்மையில் மறுமலர்ச்சி காண வேண்டிய காலகட்டத்தில் 'அலுவலர்களைக்கேட்டு உழவர்கள் முடி வெடுங்கள்' என்று அமைச்சர் கூறியிருப்பது மறுபரிசீலனைக்கு உட்படுத்தப்பட வேண்டும். ஜனநாய கத்தில் நாம் எல்லோரும் மன்னர்கள் என்று அறிஞர் அண்ணா சொன்னது

நினைவு கூரத்தக்கது. அதுபோலவே, அவர், அலுவலர்களைப் பார்த்து, 'வெள்ளையர் ஆண்ட போதுதான் நீங்கள் அதிகாரிகள். இப்போது நீங்கள் ஊழியர்கள்' என்று சொன்னதையும் நினைவிற் கொள்ளவேண்டும். கம்பெனி ஏஜண்டுகளாக வேலை செய்வோர் நாட்டின் எதிர்காலத்தைத் தீர்மானிப் பவர்களாக இருக்க முடியாது.

'தமிழக விவசாயிகளின் நலன் காக்க, முதல்வர் தலைமையில் ஒரு குழு அமைச்சிருக்கோம். விவசாயத்தில் உள்ள அனைத்துத் துறை சார்ந்த வல்லுனர் களும் அதில் இடம் பெற்றிருப்பாங்க. அவங்க தமிழகம் முழுக்க விவசா யிக்கு உள்ள பிரச்னைகளை நேரடியாகக் கண்டுபிடிச்சு அரசுக்கு அறிக்கை கொடுத்துக்கிட்டே இருப்பாங்க. பிரச்னைகளைத் தீர்ப்பதற்கு வழிவகை களும் சொல்லிக்கிட்டே இருப்பாங்க' என்று அமைச்சர் சொல்லியிருப்பது ஆறுதல் அளிக்கிறது.

ஆனால், பிரச்னைகளை அறிவதும் தீர்வு தேடுவதும் போதுமானதல்ல. கொள்கை வகுப்பதும் கொள்கை அடிப்படையில் திட்டம் தீட்டுவதும் திட்டத்தைச் செயல்படுத்துவதும் செயற்பாட்டைக் கண்காணிப்பதும் மக்கள் பிரதிநிதிகளின் பொறுப்பாகவும் கடமையாகவும் இருக்கவேண்டும்.

எம்.எஸ். சுவாமிநாதன் வேளாண் அமைச்சகத்துக்கு அளித்துள்ள அறிக்கை யில், அந்தந்த மாநிலம் தனக்கென ஓர் உழவர் கமிஷனை ஏற்படுத்திக் கொள்ளவேண்டும். அதன் தலைவர், ஓர் உழவராக இருக்கவேண்டும் என்று பரிந்துரைத்திருப்பது, கணக்கில் கொள்ளப்பட வேண்டும். தமிழ்நாடு, இயற்கைவழி மாநிலம் என்று அறிவிக்கப்பட வேண்டும்.

━━━◆◆◆━━━

இயற்கை வேளாண்மை: வழி காட்டும் க்யூபா!

இந்திய உழவாண்மையில் இன்று ஏற்பட்டுள்ள நெருக்கடி பலரையும் கவலைக்கு உள்ளாக்கி யுள்ளது. பயிர்த் தொழில் வளர்ச்சி இரண்டு சதவி கிதத்துக்கும் குறைவாக உள்ளது. இது நான்கு சதவிகிதமாக உயரவேண்டும் என்று பிரதமர் அடிக்கடி வலியுறுத்தியுள்ளார்.

உணவு ஏற்றுமதி செய்துகொண்டிருந்த இந்தியா, இன்று இறக்குமதி செய்ய வேண்டிய நிலைக்கு வந்துவிட்டதே என்று கவலை தெரிவித்துள்ளார் உழவுத் துறை அமைச்சர்.

பசுமைப் புரட்சி வெற்றிகரமாக நடந்தேறிய கங்கை சமவெளியில், மண்வளம் புதுப்பிக்கும் உழவாண்மை தேவைப்படுவதாக, தேசிய உழவர் ஆணையத் தலைவர் எம்.எஸ்.சுவாமி நாதன் எழுதுகிறார். அவர் நிலத்தடி நீர் ஆண்டுக்கு ஒரு அடி தாழ்ந்து வருவதாகவும் குறிப்பிடுகிறார்.

இவையல்லாமல் சூழல் செயல்பாட்டாளர்கள் அக்கறையுடன் சொல்வதும் கவனத்துக்குரியது. அண்டவெளியின் வெப்பம், கூடிய வண்ணம் உள்ளது. கடல் மட்டம் உயர்ந்த வண்ணம் உள்ளது. வேளாண் ரசாயன இடுபொருள்களான ரசாயன உரங்கள், பூச்சிக்கொல்லி நஞ்சுகள், களைக்கொல்லி நஞ்சுகளால் மண் உயிரோட்

13

டத்தை இழந்து வருகிறது. மண்ணில் கரிமப் பகுதி குறைந்து போனதும் இதற்குக் காரணம். இதனால் நுண்ணுயிர்கள் குறைந்து நுண்ணூட்டங்கள் கிடைக்காமல் போகும் நிலைக்கு மாறியுள்ளன. ரசாயனங்களுடன் இயந்திரப் பயன்பாடும் இணைந்து மண் கெட்டிதட்டிப் போய்விட்டது. தண்ணீர் மண்ணுக்குள் இறங்கவில்லை.

நீர் உள் இறங்கும் இடத்திலும் சூழல் நன்றாகயில்லை. காரணம், நைட்ரேட் உரங்களும் பூச்சிக்கொல்லி நஞ்சுகளும் நிலத்தடி நீரை மாசுபடுத்துவதால், குடிநீர் நஞ்சாகிப் போனது.

களைக்கொல்லி பயன்படுத்துவதால், உயிரினப் பன்மயம் அழிகிறது. களை எடுக்கும் நேரத்தில் பயன்படுத்தப்படும் தீவனம், கீரை, மூலிகை மருந்துகள் பயன்பாட்டை இழந்திருக்கின்றன. ஓரினப் பயிர் சாகுபடி நீர்த் தேவையையும் உரத் தேவையையும் கூட்டுகிறது. சூழல் சிக்கலில் அடிப் படையான ஒன்று, மண்அரிப்பு. கரிமப் பொருள்களும் நுண்ணுயிர்களும் செறிந்த மேல் மண் காற்றாலும், நீராலும் பெயர்த்தெடுத்துச் செல்லப் படுகிறது. ஒரு சில நாள்களில் கொட்டுகின்ற மழைநீர், மண்ணை அரித் தெடுத்துச்செல்கிறது. ரசாயனத்தைக் கொட்டும்போது, மண்ணரிப்புத் தீவிரமடைகிறது.

இதனால் மண் மலடாவதோடு நதிகளும், ஏரி, குளங்களும் மேடுபட்டு வெள்ளப்பெருக்கு அதிகரிக்கிறது. மழைநீர் சேமிப்பு பாதிக்கப்படுகிறது. ரசாயன இடுபொருள் மிகுந்த சாகுபடி முறை, மண்ணில் நீர்ப்பிடிப்புத் தன்மையைக் குறைக்கிறது.

ஆண்டு தோறும் 80,000 டன் முதல் ஒரு லட்சம் டன் வரை பூச்சிக்கொல்லி நஞ்சுகள் நமது பயிர் நிலங்களில் தூவப்படுகின்றன. விளைபொருள்கள் நனைத்தெடுக்கப்படுகின்றன. உணவு சேமிப்புக் கிடங்குகளில் தெளிக்கப் படுகின்றன. விதையுடன் கலக்கப்படுகின்றன.

இந்த நஞ்சுகள் நேரடியாக நமது உணவில் கலந்து, எஞ்சிய நஞ்சாக நமது உடலை அடைகின்றன. அல்லது சூழலில் கலந்து நம் உடலை அடை கின்றன. எடுத்துக்காட்டாக, பயிர் செய்யப்படும் நிலத்தில் பத்து சதவிகித இடத்தில் விதைக்கப்படும் பருத்திப் பயிரில், 55 சதவிகிதம் பூச்சிக்கொல் லிகள் தெளிக்கப்படுகின்றன. இந்த நஞ்சு, மண்ணை மலடாக்கி நீர்நிலையை மாசுபடுத்தி, புல்வெளியை நச்சுப்படுத்துகிறது.

பின்னர் புல்வெளி மூலமாகப் பசுவை அடைந்து, பால் மூலமாகத் தாயை அடைந்து குழந்தை பருகும் தாய்ப்பாலை நச்சுப்படுத்துகிறது. குடிநீரும் மூச்சுக் காற்றும் நஞ்சாகிறது.

மூச்சுக்காற்று நஞ்சானதால், பல்லாயிரக்கணக்கானவர் உயிர் விட்டதையும் இன்னும் பல்லாயிரம் பேர் ஊனமுற்றதையும் போபால் சம்பவத்தின்போது பார்த்தோம். காற்றும் நீரும் நஞ்சானதால், குழந்தைகள் ஊனமாகப் பிறப்பதை காசர்கோடு சம்பவம் நிரூபிக்கிறது.

மற்ற இடங்களிலும் காய்கறி, பழம், குடிநீரில் நஞ்சு, இல்லாமல் இல்லை. கொஞ்சம் கொஞ்சமாக எஞ்சிய நஞ்சு நம் உடலை ஆக்கிரமிக்கிறது. பூச்சிகள், பூச்சிக் கொல்லிகளை எதிர்க்கும் சக்தியை வளர்த்துக்கொண்டு விட்டதால், அவை சாவதில்லை. மாறாக, சாகுபடிச் செலவு கூடியதால் கடன்பட்ட உழவர்கள் பூச்சிக்கொல்லியைக் குடித்துத் தற்கொலை செய்து கொள்கிறார்கள்.

உள்நாடு மட்டுமல்ல, வெளிநாட்டிலும் நஞ்சில்லா உணவுக்கான விழிப் புணர்ச்சி, கூடிய வண்ணம் உள்ளது. நஞ்சு கலந்த விளைபொருள்கள் ஏற்றுமதி வாய்ப்பை இழுக்கின்றன.

ரசாயன உரமும் பூச்சிக்கொல்லிகளும் கலந்த பழங்களும் காய்கறிகளும் நகரம் வந்தடைவதற்குள் அழுகி வீணாகின்றன. நமது நாட்டில் விளையும் தோட்டக்கலைப் பொருள்களில் 40 சதவிகிதம் போக்குவரத்திலேயே அழிகின்றன என்று ஒரு கணக்கு சொல்கிறது. நகரங்களிலே அழிகின்ற பூ, காய், பழங்கள் குப்பைமேடாகி, அப்புறப்படுத்தும் அமைப்புக்குப் பெரும் சுமையாகிவிடுகின்றன. தொற்றுநோய் அபாயத்தைத் தோற்றுவிக்கின்றன.

மேலே கண்ட அனைத்துச் சிக்கல்களுக்கும் விடையாகத்தான், இயற்கை வழி உழவாண்மை விளங்குகிறது. இயற்கை வழி உழவாண்மையைச் சிலர் பூரியா வுக்குப் பதிலாகச் சாணத்தை இடுவது என்று தவறாகப் புரிந்துகொள்கிறார்கள். இயற்கை வழி என்பது, அது மட்டுமே அல்ல. இயற்கையில் செயல்படும் விதி களைப் புரிந்துகொண்டு செயல்படுவதே இயற்கை வழி வேளாண்மை. காற்று, நீர், சூரிய ஒளி போன்ற சக்திகளை உச்சஅளவுக்குப் பயன்படுத்திக் கொள்வதே இயற்கைவழி வேளாண்மை. இயற்கை வழி வேளாண்மை, நீடித்த வேளாண்மை, உயிர்சக்தி வேளாண்மை என்று வேறு வேறு பெயர்களில் அழைக்கப்பட்டாலும், அவற்றிடையே வேற்றுமை குறைவு. அவை ஒன்றை மையமாகக் கொண்டிருக்கின்றன. அதுதான் உணவுச்சங்கிலி. வேறு மொழியில் சொன்னால், இயற்கை வழி உழவாண்மை என்பது கழிவு மறுசுழற்சி.

இம்முறையில் சுற்றுச்சூழல் தூய்மையாக்கப்படுகிறது. நில வளம் உயர் கிறது. நிலைத்த வேளாண்மை, மக்கள் இடம் பெயர்வதைத் தடுக்கிறது. நிலம், நீர், காற்று, உணவு மாசுபடுவது தவிர்க்கப்படுகிறது. இதனை நிரூபிக்க இந்தி யாவில் இன்று ஆயிரம் ஆயிரம் பண்ணைகள் முளைத்திருக்கின்றன. மைய அரசு இதனை உணர்ந்ததால், திட்டமும் நிதியும் ஒதுக்கி ஊக்கமளித்து வருவது நமது பாராட்டுக்குரியது.

இயற்கை வழி உழவாண்மையில் கியூபா நாட்டு அனுபவம் நமக்கு முன்னு தாரணமாக அமைகிறது. நகர்ப்புறத்துத் தேவையில் மூன்றில் ஒரு பங்கை நகரமே உருவாக்கிக் கொள்கிறது. உர உயிரிகளையும் உயிரியல் பயிர்காப்பு ஒட்டுண்ணிகளையும் பள்ளி மாணவர்களே தயாரிக்கிறார்கள். நகர்ப்புறத்து காலி இடங்களெல்லாம் காய்கறி, பழம், தீவனம், பூ உற்பத்திக்காக ஒதுக்கப் படுகிறது. கிராமப்புறங்களில் மாடுகள் ஏரில் பூட்டப்பட்டால், டீசல் பயன்பாடு பாதியாகக் குறைந்துள்ளது.

நமது நாட்டில் ஒருங்கிணைந்த பயிர் பாதுகாப்புப் பற்றித் தொடர்ந்து பயிற்சி அளிக்கப்பட்டு வந்துள்ளது. இது வயல் வெளிகளுக்கு நகர்த்தப்பட்டாலே சூழல் மாசுபாடு பெருமளவு தணியும்.

அண்மையில் ஐக்கிய நாடுகள் சபை ஓர் ஆய்வு நடத்தியது. அதன்படி, ஒவ்வொரு குறு நகரம், பெரு நகரத்தைச் சுற்றியும் பசுமை வளையம் உருவாக் கப்பட வேண்டும். இந்தப் பசுமை வளையம், அந்த நகரத்துக்குரிய காய், கனி, பூ, முட்டை, பால், இறைச்சி உற்பத்தியில் ஈடுபடும். இதன்படி நகரங் களைச் சுற்றி வேலைவாய்ப்புப் பெருகும். உணவு நீண்ட தொலைவு கடத்தப் படுவது தவிர்க்கப்படும். போக்குவரத்து நெரிசல் குறையும். காற்று வெளி வெப்பமாவது குறையும். கழிவு மேலாண்மை எளிதாகும். ஆதலால், இன்றையத் தேவை, சூழல் பேணும் வேளாண்மை. அதுவே இயற்கை வழி வேளாண்மை.

பஞ்சமும் 12 கட்டுக்கதைகளும்

(குறள் 738)

பசிப்பிணி, உடற்பிணி இன்மை, பொருட் செல்வம், விளைபொருள், நுகர்வு, இன்பம், பகையினின்று பாதுகாப்பு இவ்வைந்தும் நாட்டைச் சிறப்பிக்கும் அணிகலன்கள் என்று சொல்கிறது திருக்குறள். நமது மூதாதையர்களது வாழ்க்கை இயற்கையோடு இயைந்ததாக இருந்தது. இறக்குமதி செய்யப்பட்ட வாழ்க்கை முறை நமது வாழ்வு ஆதாரங்களைச் சிதைக்கிறது.

இன்று ஐந்தில் ஒருவர் பசியுடன் தூங்கப் போகிறார். பிறக்கும் குழந்தைகளில் நான்கில் ஒன்று ஒரு வயது கடப்பதற்குள் இறந்து விடு கிறது. 55 விழுக்காடு குழந்தைகளுக்குக் கண் பார்வை இழக்கும் அளவுக்கு வைட்டமின் 'A' பற்றாக்குறை. 75 விழுக்காடு குழந்தைகளுக்குச் சத்தான உணவு இல்லை. குறிப்பாக, இரும் புச்சத்துப் பற்றாக்குறை.

இப்படிக் கொடுமைகள் அடுக்கடுக்காக ஏவப் படும்போது, செல்வம், இன்பம், விளைவு, ஏமம் போன்றவற்றை எங்கே தேடுவது?

இந்தச் சூழலுக்கு மாற்று வேண்டாமா? இந்தக் கேள்விக்கு விடை காண வேண்டுமா? முதலில்

14

கற்பிக்கப்பட்டுள்ளதை நாம் மறப்போம். நம்மைப் பற்றியுள்ள கட்டுக்கதை களை விட்டொழித்த பின்பே பசிப்பிணியின் ஆணிவேர் நமது கண்களுக்குப் புலப்படும். அதன் பின்பே பசிப்பிணி ஒழிப்பில் நாம் உண்மையாக ஈடுபட முடியும்.

ஃபிரான்சிஸ் மூர் லேப்பி, ஜோசப் காலின்சு, பீட்டர் ரோசெட், லூயிஸ் எஸ்வெர்சா என்ற எழுத்தாளர்கள் கூடி, 'உலகத்தில் பசி' குறித்த 12 கட்டுக் கதைகள் என்ற புத்தகத்தை 1998 கோடையில் வெளியிட்டுள்ளார்கள். இந்தக் கட்டுக்கதைகளைக் கொஞ்சம் பார்ப்போம்.

கட்டுக்கதை : 1

'பெருகி வரும் மக்கள் தொகைக்குப் போதிய உணவு இல்லை'.

ஒவ்வொரு மனிதனுக்கும் ஒரு நாளைக்கு 3500 கலோரி உணவு அளிப்பதற்குப் போதுமான அரிசியும் கோதுமையும் மற்ற தானியங்களும் நம்மிடம் இருக்கவே செய்கின்றன.

இவை இல்லாமல் காய், கனி, கொட்டை, பருப்பு, கிழங்கு, இறைச்சி, மீன் எல்லாம் வேறு இருக்கின்றன. உலகம் முழுவதும் ஒரு ஆளுக்கு ஒரு நாளைக்கு 2.0 கிலோ உணவு கொடுக்கப் போதிய உணவு உள்ளது.

ஒரு கிலோ தானியம், பருப்பு, கொட்டை. அரை கிலோ பழமும் காய்கறிகளும். அரை கிலோ இறைச்சி மனிதருக்குக் கொழுப்பு வைக்கும் அளவுக்கு முட்டையும், பாலும் கொடுக்க முடியும்.

ஆனால், சிக்கல் எங்கு உள்ளது?

பல கோடி மக்களுக்கு உணவை வாங்கித் தின்ன, கையில் காசு இல்லை. உழைப்பவருக்கு வேலை இல்லை.

கட்டுக்கதை : 2

'இயற்கையின் சீற்றத்தால் பஞ்சம் ஏற்படுகிறது.'

பேரழிவின்போது ஏழை மக்களே பஞ்சத்துக்கும் பற்றாக்குறைக்கும் ஆளாகிறார்கள். வங்கியில் பணம் போட்டிருப்பவர் வாங்கியுண்ண எந்தத் தடையும் இல்லை.

தெற்காசிய நாடுகளிலும், ஆப்பிரிக்க நாடுகளிலும் கோடிக்கணக்கானவர்கள் இயற்கைச் சீற்றத்தால் பாதிக்கப்படுகிறார்கள். இதற்குக் காரணம் நிலக்கு வியல், கடன் தொல்லை, வேலை இல்லாமை, குறைந்த கூலி போன்றவை தான். இயற்கைப் பேரழிவால் மக்கள் சாகவில்லை. பேரழிவின்போது, விளிம்பில் இருப்பவர்கள் விளிம்புக்கு அப்பால் தள்ளப்படுகிறார்கள்.

ஒவ்வொருவருக்கும் வாழ்வதற்கு ஆதாரமான வாய்ப்பை வழங்காத சமூகப் பொருளாதாரமே இதற்குக் காரணம். ஈவு, இரக்கம் இல்லாமல் பொருளா தாரம் பற்றியே பேசும் சமுதாயம் காரணம்.

கட்டுக்கதை : 3

'மக்கள் தொகை பெருகிவிட்டது.'

மக்கள் தொகைக்கும் பஞ்சத்துக்கும் தொடர்பு இல்லை. சமத்துவமற்ற சமூக அமைப்பே பஞ்சத்துக்கு அடிப்படை. நைஜீரியா, பிரேசில், பொலிவியா இங்கெல்லாம் உணவு குவிந்துள்ளது. ஆனாலும் பஞ்சம் உடனுரைகிறது. எந்தச் சமூகத்தில் நில உடைமை பெருகி, வேலைவாய்ப்பு, கல்வி, சுகாதாரம், முதுமைக் காலப்பாதுகாப்பு, ஏராளமான மக்களுக்கு எட்டாக்கனியாக உள்ளதோ அங்குதான் மக்கள் பெருக்கமும் பட்டினியும் தொடர்கின்றன. சீனா, கியூபா, கொலம்பியா, கேரளா இங்கெல்லாம் மக்கள்தொகை வளர்ச்சியும் குறைந்துள்ளது, வறுமையும் குறைந்துள்ளது. குழந்தைகளைக் குறைத்துக் கொள்வதற்கு முன்பாகவே வளமை தோன்றியுள்ளது.

கட்டுக்கதை : 4

'உணவு அதிகம் விளைய வேண்டுமா? சுற்றுச்சூழல் அழிவதைக் கண்டு கொள்ளாதே!'

எப்படிக் கண்டுகொள்ளாமல் இருக்க முடியும்? சுற்றுச்சூழல் மாசு உணவு உற்பத்திக்கு ஆதாரமான நீரையும் நிலத்தையும் படுமோசமாகப் பாதிக்கிறது. பசித்தோருக்கு உணவளிக்கும் முயற்சியில் சூழல் நெருக்கடிக்கு ஆளாக வில்லை.

மூன்றாம் உலக நாடுகளில் பெரும் அளவில் தெளிக்கப்படும் பூச்சிக் கொல்லிகள் ஏற்றுமதியாகும் வணிகப் பயிர்கள் மீதே தெளிக்கப்படுகின்றன. உலகில் இன்று ரசாயனத்துக்கு மாற்று வந்துவிட்டது. அமெரிக்காவிலேயே இயற்கைப் பண்ணைகள் வெற்றிக்கொடி நாட்டியுள்ளன. அண்மைக் காலத்தில் கியூபா நாட்டில் வெற்றி பெற்றுள்ளன. கிட்டத்தட்ட பூச்சிக் கொல்லியற்ற சுயசார்பு வெள்ளாமை இன்னுமொரு வெற்றிக் கதை.

சூழலை அழிக்கும் வெள்ளாமையை விடவும் சூழலை அழிக்காத வெள்ளாமையே நீடித்த உற்பத்திக்குத் துணை நிற்கும் என்பதே உண்மை.

கட்டுக்கதை : 5

'பட்டினியைப் போக்க இன்னுமொரு பச்சைப் புரட்சி தேவை'

பச்சைப் புரட்சியால் தானிய விளைச்சல் கூடியுள்ளது. ஆனால், வறுமை ஒழிய வில்லை. பச்சைப் புரட்சி வெற்றியடைந்த நாடுகளான இந்தியா, மெக்சிகோ, ஃபிலிப்பைன்சு போன்ற நாடுகளில் தானிய விளைச்சல் உயர்ந்தது; பட்டினிச் சாவு குறையவில்லை. மண்வளம் பாதிப்புக்கு உள்ளாகியது. உபரி விளைச் சலால் யார் பயனடைகிறார்கள் என்பதே ஏற்றத்தாழ்வைக் கூட்ட வோ குறைக் கவோ செய்யும். இரண்டாம் பச்சைப் புரட்சி என்று சொல்லப்படும் ஐடெக், பயோ டெக்னாலஜி பஞ்சத்தையும் பட்டினிச் சாவையும் தடுக்காது. அதி கரிக்கவே செய்யும்.

கட்டுக்கதை : 6

'பெரிய பண்ணைகள் வேண்டும்'

எதார்த்த நிலை என்ன?

பெரு நிலச் சொந்தக்காரர்கள் தங்கள் நிலத்தில் ஒரு பகுதியைத் தரிசாகப் போடுகிறார்கள். சிறு உழவர் எடுக்கும் ஏக்கர் விளைச்சல் நான்கு, ஐந்து மடங்கு கூடுதலாக உள்ளது. காரணம், அவர்கள் செய்வது, தீவிர சாகுபடி. ஒருங்கிணைந்த பண்ணையம் நிலைத்த நீடித்த வேளாண்மை. ஜப்பான், ஜிம் பாப்வே, தைவான் ஆகிய நாடுகளில் சிறு உழவர்களுக்கு நிலம் பகிர்ந தளிக்கப்பட்டதால் உற்பத்தி அதிகரித்துள்ளது.

பிரேசில் நாட்டின் வடகிழக்குப் பகுதியில் சிறு உழவர்களிடம் நிலத்தைப் பிரித்துக் கொடுத்ததால் விளைச்சல் 80 சதவிகிதம் அதிகரித்துள்ளது. இந்த உண்மை உலக வங்கி ஆய்வில் வெளிப்பட்டுள்ளது.

கட்டுக்கதை : 7

'தடையற்ற வர்த்தகம் வறுமையை ஓட்டும்.'

தடையற்ற வர்த்தகம், பட்டினிக்கான வர்த்தகத்தை வேர் அறுக்கவில்லை. சந்தையும் அரசாங்கமும் ஆதாரங்களைப் பகிர்ந்தளித்து, பண்டகங்களை விநி யோகிக்கும்போதுதான், நாட்டுப் பொருளாதாரம் மேம்படும். பஞ்சம் ஒழிய வேண்டுமானால், வாங்கும் சக்தி பரவலாக்கப்பட வேண்டும். ஆதலால், தாராளமயமாக்கம், தனியார் மயமாக்கம், உலக மயமாக்கம் பஞ்சத்தைப் போக்காது என்பதே உண்மை.

சந்தையை உயர்த்துவதைத் தவிர்ப்போம். நுகர்வோரை உயர்த்துவது பற்றிச் சிந்திப்போம். பொருளாதாரக் குவியலை எதிர்ப்போம். வரி விதிப்பை நெறிப்படுத்துவோம். கடன் வசதியைப் பரவலாக்குவோம். எளிதாக்கு வோம். ஏழையின் வாங்கும் சக்தி உயர்வதற்காக, நில உடைமையில் சீர் திருத்தம் செய்வோம்.

கட்டுக்கதை : 8

'கட்டுப்பாடற்ற வர்த்தகமே விடை.'

உண்மை நிலை என்ன? மூன்றாம் உலக நாடுகளில் ஏற்றுமதி பெருகியுள்ளது. பசி, பட்டினி பெருகியுள்ளது. ஜப்பானிலும், ஐரோப்பிய நாடுகளிலும் கால்நடைக்குத் தீவனமாக பிரேசில் சோயா மொச்சை அனுப்பியது. மூன்றில் ஒருவர் முன்பு பட்டினி கிடந்தார். இன்றோ இரண்டில் ஒருவர் பட்டினி கிடக்கிறார். ஏழை மக்கள் வாங்கும் சக்தியை இழக்கும்போது, பணக்காரர் கவர்ச்சி மிகுந்த வெளிநாட்டுக்கு ஏற்றுமதி செய்கிறார்.

ஏற்றுமதிப் பொருளாதாரம் உணவு உற்பத்தியைக் கசக்கிப் பிழிகிறது. குறைந்தபட்சகூலியோ, சுகாதாரமோ இல்லாத நிலைக்குத் தங்களைத் தாங்களே

இல்லாத நிலைக்குத் தள்ளிக் கொள்ள ஏழைகள் மோதிக் கொள்கிறார்கள். அமெரிக்கா, மெக்சிக்கோ தடையற்ற வர்த்தகத்தால், 2,50,000 பேர் வேலை இழந்தார்கள். அமெரிக்காவில், மெக்சிகோவில் 20 லட்சம் பேர் வேலை வாய்ப்பை இழந்தார்கள். இரு நாடுகளிலும் பஞ்சம் அதிகரிக்கிறது. இப்போது சொல்லுங்கள், கட்டுப்பாடற்ற வர்த்தகம் பசியைப் போக்குமா என்று.

கட்டுக்கதை : 9

'உரிமைக்காகப் போராட முடியாத அளவுக்குப் பட்டினியில் கிடக்கிறார்கள்.'

ஏழை மக்கள், பலவீனமானவர்கள், பசியில் வாடுகிறார்கள் என்பதெல்லாம் வெத்துவேட்டு. கொஞ்சநஞ்ச சொத்து வைத்திருப்போர் உயிர் பிழைத்திருப் பதற்கே அரும்பாடு படவேண்டியுள்ளது. வெறுமனே கைகட்டி உட்கார்ந் திருப்பார்களேயானால், ஏராளமான பேர் கட்டையைப் போட்டிருப்பார்கள். இந்தியாவிலானாலும் சரி மெக்சிக்கோவிலானாலும் சரி தேவையை எட்ட முடியாமல் துன்பப்படும் மக்கள் உழவர் இயக்கங்களாக மாறும்போது, மாற்றத்துக்கான வழி பிறக்கிறது. மக்களை விட்டுவிட்டால் தங்களுக்குத் தாங்களே உணவளித்துக்கொள்வார்கள். அவர்களுக்காக நிலைமையைச் சரி செய்வது நம்முடைய வேலையில்லை. அவர்கள் வழியில் உள்ள தடை களைக் களைவதே நமது கடமை. அமெரிக்க அரசாங்கம், உலக வங்கி, சர்வதேச நிதி நிறுவனம் இவற்றின் கொள்கைகளும் பகாசுரக் கம்பெனி களுமே மாற்றத்துக்கு முட்டுக்கட்டையாக உள்ளன.

கட்டுக்கதை : 10

'பசிப்பிணி போக்க அமெரிக்கா நிதி உதவும்.'

உண்மையைச் சொல்ல வேண்டுமெனில், அமெரிக்க உதவி பசித்தோருக்கு எதிராக வேலை செய்கிறது. வெளிநாட்டு உதவி உள்ள நிலைமையைத் தக்க வைக்க மட்டுமே உதவும். மாற்றத்துக்கு உதவாது. வசதி படைத்தவர்களின் குறைகளை மட்டுமே களையும். அரசாங்கம் ஆட்சியில் உள்ளபோது, நிதி உதவிகள் ஏழைகளை எட்டுவது இல்லை என்பது மட்டுமல்ல. அவர்களுக்கு எதிரான சக்திகளையே பலப்படுத்துகிறது.

பிறகு எந்த நோக்கத்துக்குத்தான் நிதி கொடுக்கிறார்கள்?

★ தடையற்ற வியாபாரத்துக்காக,

★ வரி விதிப்பில்லா சந்தைக்காக,

★ உணவு உற்பத்தியைச் சுருக்கி ஏற்றுமதியை ஊக்குவிப்பதற்காக,

★ தங்கள் ஆட்சியைக் காப்பாற்றிக் கொள்ள ஒடுக்கு முறையை ஏவும் அரசாங்கத்துக்கு ஆயுதம் கொடுப்பதற்காக,

★ பேரிடர் காலங்களில் மனிதாபிமானம் என்ற பெயரில் கொடுக்கப்படுவது மொத்தத்தில் 5 விழுக்காடு கூடக் கிடையாது. அதுவும் அமெரிக்க தானிய

கம்பெனிகளுக்கு உதவியாகப் போய்ச் சேரும். ஏழைகளை, பசித்தோரை எட்டிப் பார்க்காது. அது உள்நாட்டில் உணவு உற்பத்தியைப் பாதிக்கவும் செய்யும்.

அந்நிய உதவியை நிபந்தனையற்ற கடன் தள்ளுபடிக்காக நாம் பெறலாம். மூன்றாம் உலக நாடுகள், அடிப்படை சுகாதாரம், கல்வி, வறுமை ஒழிப்பு வேலைகளுக்குச் செலவிட முடியாமல் போவதே அந்நியக் கடன் சுமையால்தான்.

கட்டுக்கதை : 11

'அவர்களது வறுமையிலிருந்து நமக்கு நலம்.'

பெரும்பாலான அமெரிக்கர்களின் நலனுக்கு எதிராக அமைவது, நம்முடைய முன்னேற்றம். நம்மிடையே தொடர்கின்ற பசியும் இல்லாமையும்தான், அவர்களுக்கு பல வகையிலும் ஆதரவாக இருக்கிறது. உள்நாட்டிலும், வெளி நாட்டிலும் குறைந்த கூலிக்கு ஆள் கிடைப்பதால் பெரும்பாலான அமெரிக்கர் களுக்கு மலிவாக வாழைப்பழம், ஃபாஸ்ட் ஃபுட், சட்டை, கம்ப்யூட்டர் எல்லாம் கிடைக்கிறது. உழைக்கும் மக்கள் மிகுந்த நமது நாட்டை பஞ்சமும் பட்டினியும் வாட்டி வதைக்கிறது.

கட்டுக்கதை : 12

'பசிப்பிணியை ஒழிப்பதற்காகச் சுதந்தரத்தைக் குறைத்துக் கொள்வோம்.'

பசியை ஒழிப்பதும் மனித உரிமையைக் (சுதந்தரத்தை) காப்பதும் முன்னுக்குப் பின் முரணானவை என்று நினைப்பதற்குக் காரணம் எதுவுமே இல்லை. அளவுக்கு அதிகமாகச் சொத்து சேர்க்கும் சுதந்தரம், அந்தச் சொத்தைப் பயன்படுத்தும் சுதந்தரம் இவை பசியை ஒழிப்பதற்கு முரணாக உள்ளன. மாறாக எல்லோருக்கும் பொருளாதாரப் பாதுகாப்பு அளிப்பது நமது சுதந்தரத்தை உறுதிப்படுத்தும். பசியை முடிவுக்குக்கொண்டு வருவதற்கு சுதந்தரத்தை அப்படிப் புரிந்துகொள்வது அவசியம்.

உணவு என்றால் நெல்,
கோதுமை மட்டும்தானா?

வேளாண் உயிரியல் பன்மயமானது. வேளாண் உற்பத்தி ஆற்றலைக் கூட்டும். விளைச்சலை உயர்த்தும், உணவுக்கான உத்தரவாதம் உயரும்.

பண்ணை அமைப்பில் உறுதியையும் நிலைத்த தன்மையையும் ஏற்படுத்தும்.

பூச்சி மற்றும் நோய் நிர்வாகத்தை எளிமை யாக்கும்.

மண் பேணப்படும். நிலத்தின் வளம் உயரும்.

பண்ணையில் பல பொருள் விளையும். வருவாய் வாய்ப்பு உயரும்.

பண்ணையின் நிகர வருவாயை உயர்த்தும்.

தேசத்துக்கும் மக்களுக்கும் தடுமாற்றத்தைக் குறைக்கும்.

வள ஆதாரங்களின் பயன்பாட்டின் திறனை உயர்த்தும்.

உயிர்ச்சூழல் ஆரோக்கியம் பெறும்.

உயிரினங்கள் அழிவின் எல்லை தொடுவது குறையும்.

காடுகள் அழிவது குறையும்.

வெளி இடு பொருள் மீதான சார்பு குறையும்.

15

சத்து மிகுந்த உணவு அதிகரிக்கும்.

மருந்தும் வைட்டமின்களும் கிடைக்கும்.

சமூகத்தில் சமத்துவத்தை உயர்த்தும்.

உலகில் உணவாகக் கொள்வதற்கு 75,000 செடி, கொடி, மரங்கள் உள்ளன. அவற்றில் 7000 செடிகள் மட்டுமே பயிரிடப்படுகின்றன. இன்று நாம் உண்ணும் உணவில் 90 சதவிகிதம், 103 செடி, கொடி, மரங்களிலிருந்து மட்டுமே கிடைக்கின்றன.

தமிழ்நாட்டின் மக்கள் தொகை ஆறு கோடியே 19 லட்சம் பேர். இங்கு ஒரு கோடி 17 லட்சம் ஏக்கரில் பயிர் செய்யப்படுகிறது. இது மொத்த நிலப் பரப்பில் 36 விழுக்காடு. 15 லட்சம் 67 ஆயிரம் ஏக்கர் நிலத்தில் பன்மயம் கொண்டது தமிழகம். 3135 சதுர கிலோ மீட்டர் காடுகளைக் கொண்டது. இது மொத்த நிலப்பரப்பில் 13.7 விழுக்காடாகும்.

ஆண்டுக்குப் பெய்யும் சராசரி மழை அளவு 900 முதல் 1200 மில்லி மீட்டர். 60 விழுக்காடு மக்கள் முக்கியமான தொழிலான உழவையே சார்ந்துள்ளார்கள். உழவரின் சராசரி நிலச் சொத்து இரண்டரை ஏக்கர். 25 ஏக்கருக்கு மேல் நிலம் வைத்திருப்போர் 0.3 சதவிகிதம். இவர்களின் உடைமையான நிலம் 9.3 சதவிகிதம்.

இன்று வேளாண்மை, சந்தைக்கான உற்பத்தியாக மாற்றப்பட்டுவிட்டது. உழவர்கள் சந்தைக்காக வாணிபப் பயிர்களே உற்பத்தி செய்யும்படி நிலைமை மாறிவிட்டது. இதனால் கடன், உணவுக்கு உத்தரவாதமின்மை, தரமான உணவு இல்லாமை, மண் வளமிழப்பு, பூச்சி நோய்த் தாக்குதல், பாரம்பரிய விதை இல்லாமை போன்ற கேடுகளுக்கு மக்கள் ஆளாகிறார்கள். ரசாயனமும் ஓரினப்பயிர் சாகுபடியும் கலந்த வணிகப் பயிர் வேளாண்மை, சமூக, பொருளாதார, சூழலில் பிரச்னைகளைத் தோற்றுவிக்கின்றன. நெல்லும் பிற வணிகப் பயிர்களும் அதிகப் பாசன நீர் தேவைப்படும் பயிர்கள். சிறு தானியமும், காய்கறியும், கீரையும் தின்று வந்த மக்கள், இன்று அரிசிச் சோறு மட்டுமே உண்ணுகிறார்கள். ஆதலால் சத்துணவு பற்றாக்குறையால், நோய் வாய்ப்படுகிறார்கள். நிறைய நீர் வணிகப் பயிர்களுக்குச் செல்வதால் சிறு தானியங்கள் மறைகின்றன. சிறு உழவர் நிலத்தை விற்கிறார். அல்லது தரிசு போடுகிறார். குள்ள ரகப் பயிர்களுக்குப் போனதால் பாரம்பரிய ரகங்கள் காணாமற் போகின்றன.

உழவர்கள், விதை, உரம், பூச்சிக்கொல்லி, இயந்திரங்கள் வாங்குவதற்கும் கிணறு வெட்டுவதற்கும் மோட்டார் பொருத்துவதற்கும் கடன் வாங்கு கிறார்கள். பட்டணங்களில் மட்டுமல்ல, பட்டிக்காடுகளிலும்கூட உணவு பழக்க வழக்கங்கள் மாறிவிட்டன.

உணவுக்கு உத்தரவாதம் என்பது, நான்கு பண்புகளைக் கொண்டு அமையவேண்டும்.

1. உணவு, ஆண்டு முழுவதும் கிடைக்க வேண்டும்.

2. விளைந்துள்ள உணவு அனைவரும் வாங்கித் உண்ணும் படியாக இருக்க வேண்டும்.

3. உணவு, அளவாலும் தரத்தாலும் ஊட்டம் மிகுந்ததாக அமைய வேண்டும்.

4. உணவு, மக்களின் பழக்க வழக்கத்துக்கு ஏற்றதாக அமைய வேண்டும்.

இந்தியாவில் 583 செடி, கொடி, மரங்கள் பயிரிடப்படுகின்றன. 7500 மருந்துச் செடிகள் உள்ளன. 3900 (பயிரிடாமலே விளைபவை உள்பட) உணவுக்கும் பிற பயன்பாட்டுக்கும் உரிய செடிகள் காணப்படுகின்றன.

இன்று சர்வதேச சந்தைக்காக உற்பத்தி திருப்பி விடப்பட்டுள்ளது. நிலம், நீர், உயிரினப் பன்மயம் அனைத்தும் அழிக்கப்படுகிறது. இதன் விளைவாக உணவுக்கான உத்தரவாதம் அழிந்தது. உணவு இறக்குமதியாகிறது.

வேளாண்மை முற்றிலும் வணிக மயமாக்கப்பட்டுவிட்டது. புகுத்தப்பட்ட புதிய தொழில்நுட்பங்கள், ரசாயன உரம், பூச்சிக்கொல்லிகள், ஒட்டு விதைகளுக்கான தேவையைக் கூட்டியுள்ளன. இதன் விளைவாக உணவுப் பழக்க வழக்கங்கள் மாறிவிட்டன. சத்துமிகு தானியங்கள் பயிரிடப்பட்ட இடத்தை நெல், கோதுமை இரண்டு தானியங்களே ஆக்கிரமித்துவிட்டன. அரிசி, கோதுமையிலும் பாரம்பரிய ரகங்கள் அதிவேகமாக ஓடி மறை கின்றன. அரிசி விளைச்சல் அதிகரித்து உணவு பெருகிவிட்டதாக ஏட்டள வில் காணப்பட்டாலும் ஏராளமான உணவுக்கான ஆதாரங்கள் மறைவதற்கு நெல் சாகுபடி விரிவடைந்ததே காரணம்.

பாரம்பரியப் பயிர் ரகங்களில் கால்நடைக்குத் தீவனம் கிடைத்தது. இப்போது அதுவும் இல்லாமல் போய்விட்டது. அதனால் பாலும், எருவும் சக்தியும் இல்லாமல் போனது. உயிரினப் பன்மய இழப்பு, மனிதனை மட்டு மல்லாது மாட்டையும் பாதித்துள்ளது. பெண்கள் பயிர்த்தொழிலில் அதிகம் ஈடுபடுகிறார்கள். இவர்கள் அதிக ரசாயனத் தாக்குதலுக்கு ஆளாகிறார்கள்.

இதற்குத் தீர்வுதான் என்ன?

பாரம்பரிய விதைகள், சாகுபடி முறைகள், மூதாதையர் அறிவு திரட்டப்பட்டு ஆவணமாக்கப்பட வேண்டும். சிறுதானியங்கள் மதிப்பூட்டப்படுவதால், பெண்களுக்கான வேலைவாய்ப்பு கூட்டப்பட வேண்டும். இவற்றுக்குப் புதிய சந்தை வாய்ப்பு உருவாக்கப்பட வேண்டும்.

❖

'மீண்டும் நமது வளங்கள்
கொள்ளை போகின்றன, நமக்குத் தெரியாமலே!'

இந்திய வேளாண்மை சந்தித்து வரும் இடர்கள் குறித்து தமக்கென தனியான ஒரு பார்வை கொண்டவர், தமிழக இயற்கை உழவர் இயக்கத் தலைவர் டாக்டர் கோ.நம்மாழ்வார். அரசியல் உள்பட அனைத்து விஷயங்கள் பற்றியும் தன் கருத்தைத் தெளிவாக எடுத்துச் சொல்பவர். அவர் அளித்த பேட்டி இதோ:

கே : **'இந்திய வேளாண்மை நெருக்கடியைச் சந்திக்கிறது' என்று பிரதமர் மன்மோகன் கூறி இருக்கிறாரே?**

பதில் : அவரால் வேறு என்ன சொல்ல முடியும்? அவருக்கு முன்பே 'தூக்கமில்லாத இரவுகளைக் கழித்தேன்' என்று உணவு அமைச்சர் 'கோதுமை இறக்குமதி' புகழ் சரத்பவார் சொல்லிவிட்டார். அதற்கும் முன்பே, எம்.எஸ்.சுவாமிநாதன் சொல்லிவிட்டார்.

இவர்கள் சொல்கிற மாதிரி, 'இந்தியா நெருக் கடியைச் சந்திக்கிறது என்பது உண்மையே! மராட்டிய மாநில உழவர்கள் கொத்துக் கொத் தாகத் தற்கொலை செய்து கொள்கிறார்கள். இது ஒன்றும் பெரியதல்ல' என்பதுபோல, வேளாண் துறை செயலாளர் ராதாசிங் பேசி இருக்கிறார். அவர் சொல்கின்ற கணக்கு இதுதான். '2003-04-ம்

நம்மாழ்வாரின்
பேட்டி-1

16

ஆண்டில் தேசிய குற்றவியல் துறை கணக்குப்படி, தற்கொலை செய்து கொண்டவர்கள் எண்ணிக்கை 1,87,000 பேர். இவர்களில் ஆறில் ஒருவர்தான் உழவர். அதாவது, 29,920 பேர் மட்டுமே உழவர்கள். இந்த முப்பதாயிரம் தற்கொலையைப் பெரிதுபடுத்துகிறார்களே!' என்று உழவுத் துறை செயலர் நொந்துபோயிருக்கிறார். இந்த வாதத்தைக் கேட்டால், தற்கொலை செய்து கொண்டவர்களின் ஆன்மா என்ன பாடுபடும்?

கே.: அரசாங்கம் என்னதான் செய்து கொண்டிருக்கிறது?

பதில் : 1996-ம் ஆண்டு ஐக்கிய நாடுகள் சபையில் கூடிய பிச்சைக்கார நாட்டுத் தலைவர்கள் 2015-ல் பட்டினி கிடப்போர் எண்ணிக்கையைப் பாதியாகக் குறைப்போம் என்று உறுதிமொழி எடுத்தார்கள். கொடுத்த வாக்குறுதியைக் காப்பாற்ற வேண்டுமே? அதற்காக வறுமைப்பட்டவர்களை ஒழித்துக் கொண்டிருக்கிறார்கள்.

கே.: இன்று நாம் தன்னிறைவு அடைந்திருக்கிறோம் என்பது உண்மை தானே?

பதில் : ஐக்கிய நாடுகள் அறிக்கை சொல்வதைப் பார்ப்போம். இந்தியாவில் 21 கோடியே 40 லட்சம் பேர் கொலைப்பட்டினியில் நெளிகிறார்கள். மலை களிலும் கிராமங்களிலும் வாழும் குழந்தைகளில் பாதிப்பேர் உணவுப் பற்றாக்குறையால் பாதிக்கப்பட்டு, வளர்ச்சி குன்றியுள்ளார்கள். நாலில் ஒரு குழந்தை பிறக்கும்போதே எடை குறைந்தும் மூளை வளர்ச்சி பாதிக்கப் பட்டும் பிறக்கிறது. 1000 குழந்தைகளில் 68 குழந்தைகள் இரண்டாவது பிறந்த நாள் பார்ப்பதற்கு முன்பே செத்துப் போகின்றன. நுண்ணூட்டம் பற்றாக் குறை, சோகை அளவிறந்து காணப்படுகிறது. எம்.எஸ்.சுவாமிநாதன் அறிக்கை இன்னும் கொஞ்சம் கூடுதலாகப் பேசுகிறது.

* இந்திய மக்கள் தொகையில் 65 கோடி பேர் உழவர்கள். இவர்களின் வருமானம் சரிந்து வருகிறது. செலவுகள் அதிகரித்த வண்ணம் உள்ளன.

* உழவர்களில் நான்கில் மூன்று பேர் கந்து வட்டிக்காரன் கையில் சிக்கிப் பிழியப்படுகிறார்கள்.

* உழவர்கள் தற்கொலை செய்துகொள்வது கூடுவது மட்டுமல்ல; தொடரவும் செய்கிறது.

* பச்சையாகப் புரட்சி நடந்த நிலங்கள், உவர் நிலங்களாக மாறி விளைச்சல் சரிந்துள்ளது.

* அதிகம் தானியம் விளைந்த பகுதிகளில், நிலத்தடி நீர் கீழே கீழே போகிறது.

* 75 சதவிகிதம் குழந்தைகளுக்கு ஊட்டச்சத்துப் பற்றாக்குறை உள்ளது. விளைநிலங்களில் நுண்ணூட்டம் பற்றாக்குறை நிலவுகிறது.

கே. : உழவர் கமிஷன் தலைவர் சுவாமிநாதன் அறிக்கை மீது என்ன முடிவு எடுக்கப்பட்டுள்ளது?

பதில் : உணவு மற்றும் உழவு அமைச்சர் சரத் பவார் சொல்லியிருக்கிறார், எம்.எஸ்.சுவாமிநாதன் அறிக்கை மீது இன்னும் ஆறு மாதத்தில் முடிவு எடுப்போம் என்று. ஏன் இப்படியொரு காலதாமதம் என்று கேட்கத் தோன்றுகிறதா? அதற்குள், கொஞ்சம் வேலை நடக்க வேண்டியுள்ளது. நமது நிலங்களை பன்னாட்டு கம்பெனிகள் பயிர் வைக்கக் குத்தகை பேசி அடைத்துக் கொடுக்க வேண்டியுள்ளது. நமது வேளாண் பல்கலைக் கழக விஞ்ஞானிகளின் தலைகளை அமெரிக்க மேதாவிகள் பயிர் செய்ய வாரம் பேசி ஒப்படைக்க வேண்டியுள்ளது.

கேள்வி : இந்த இடத்தைக் கொஞ்சம் விரிவாக விளக்க முடியுமா?

பதில் : இந்தியா முந்நூறு ஆண்டுகளுக்கு முன்பு கிழக்கு இந்திய கம்பெனிக்கு அடிமைப்பட்டது. அந்த கம்பெனி அடித்த கொள்ளையைக் கண்டு மயங்கிய ஆங்கிலேய அரசு, நேரடியாகவே நமது வளங்களையும், உழைப்பையும் சூறையாடியது. இந்திய மக்கள் லட்சக்கணக்கில் பட்டினியால் செத்தார்கள். இன்றோ பல நாட்டு கம்பெனிகளுக்கும் இந்தியா காலனியாகும் ஆபத்து வந்துள்ளது.

மூத்த சர்வோதயத் தலைவர் திரு.ஜெகந்நாதன் இப்படிச் சொல்கிறார்: 'இந்தியாவைக் காலனியாகவே மாற்றுவது இரண்டு வழிகளில் நடைபெறு கிறது. ஒன்று, நிலங்களைக் கம்பெனிகளுக்குத் திறந்து விடுவது. இரண்டு, நமது மூளைகளில் கம்பெனிகளை வளர்க்க அனுமதிப்பது. முதலில் நிலத்தைப் பார்ப்போம்.

ஆறுகள் கம்பெனிகளிடம் ஒப்படைக்கப்படுகின்றன. விளைநிலங்கள் கம்பெனிகளிடம் ஒப்படைக்கப்படுகின்றன. மக்கள் எதிர்ப்பு வரும்போது, வீணாகக் கிடக்கும் நிலங்களை மட்டுமே கம்பெனிக்குக் கொடுப்போம் என்பது. அப்படிக் கொடுப்பதற்காக நல்ல நிலங்களை நாசமாக்குவது.

அப்படித்தான் பாலாற்றுப் படுகைகள் தோல் பட்டறைக் கழிவுகளாலும் மணல் கொள்ளையர்களாலும் வீணடிக்கப்பட்டு, கம்பெனிகளுக்குத் தாரை வார்க்கப்படுகிறது. தாமிரபரணியாற்று நீர், கோகோ கோலா நீராகி கம்பெனி தாகம் தவிர்க்க ஏற்பாடு செய்யப்பட்டது. வெளிநாட்டவர்கள் மானம் காப் போம் என்று திருப்பூர் ஆலைகள் கோவணம் தயாரிக்கப் போய், நொய்யல் நதி நீரே ஆலைச் சாக்கடையாக மாறி, நொய்யல் கலந்த காவிரி நீர் சாக்கடை யாக மாறி, விளைநிலங்கள் பாலையாகிக் கொண்டிருக்கின்றன. சத்தீஷ்கர் மாநிலத்தில் விற்கப்பட்ட ஆற்றில் மக்கள் குளிக்கக் கூடாது என்று கம்பெனி கூறுகிறது. மாடு இறங்கக் கூடாது என்று சொல்கிறது.

கே.: இந்திய அரசாங்கம் என்ன செய்கிறது?

பதில் : ஏற்கெனவே இதே கேள்வியைக் கேட்டீர்கள். இப்போது மீண்டும் கேட்கிறீர்கள். உங்கள் மீது தவறு இல்லை. இப்போது நடக்கிற நிகழ்ச்சிகளை உணர்வுபூர்வமாக கவனிக்கிற எவரும் இந்தக் கேள்வியை அடிக்கடி கேட்கத்தான் செய்வார்கள்.

அரசாங்கம் போலீஸுக்கு நிறைய ஆள்களை அமர்த்துகிறது. சிறைச் சாலையை விரிவுபடுத்திக் கட்டுகிறது. மகாத்மா காந்தி வழியில் நடை போடுகிறோம் என்று விளம்பரம் கொடுக்கிறது! காவிரி நடுவர் தீர்ப்பு பதினாறு ஆண்டுகளாக டெல்லியில் தூங்குகிறது. காவிரிப் படுகையில் பயிர்த்தொழில் இழிநிலைக்கு ஆளாகிவிட்டது. ஆறாயிரம் கோடி ரூபாய் கடன் தள்ளுபடி செய்யப்பட்டதை உழவர்கள் வரவேற்றார்கள். எல்லா வங்கிக் கடன்களையும் தள்ளுபடி செய்யச் சொல்லி உண்ண மறுத்து உட்காரு கிறார்கள். மீண்டும் கடன் கேட்கிறார்கள். 1000 கோடி கடன் கொடுக்க அரசு வாக்களிக்கிறது. இந்தத் தொகை யாருக்குச் செல்லுகிறது?

தேசம் பட்டணமயமாக்கப்படுகிறது. அதாவது, மழைநீர் நிலத்தில் இறங்காத படி சிமெண்ட் தளமாக்கப்படுகிறது. ஒரு கணக்குப்படி 2025-ம் ஆண்டு தமிழ்நாட்டில் முக்கால் பாகமும் மராட்டியத்தில் மூன்றில் இரண்டு பாகமும் சிமெண்ட் பூசி மூடப்பட்டுவிடும்.

இந்திய அளவில் 200 கோடி ரூபாய் நுண்ணூட்டம் விற்கும் கம்பெனி களுக்குப் போகும். 150 கோடி ரூபாய் டீசல் விற்கும் கம்பெனிக்குப் போகும். ஒரு பெரும் பகுதி டிராக்டர் வாங்குவதற்கும் சொட்டு நீர், தெளிப்பு நீர் கருவிகள் விற்பவருக்கும் போகப் போகிறது. உழவர் கையில் உள்ள விதை களைப் பிடுங்கிக்கொண்டு சொத்தை விதைகளை அவர்கள் கையில் திணிப்பதற்கு மட்டும் 160 கோடி ரூபாய் செலவழிக்கப்படவுள்ளது. இதற்குப் பெயர், துல்லிய வேளாண்மை. நிலத்துக்கு நிலம் வெப்பமானி போல் தண்ணீர் மானியை நட்டு வைப்பது. அந்த மானி காட்டுவதுபோல், தண்ணீர் தெளிப்பது தண்ணீரை மிச்சப்படுத்தும் என்று சுவாமிநாதன் அறிக்கை சொல்கிறது.'

கே. : 80 விழுக்காடு சிறு, குறு உழவர்கள் நிலங்களில் இது எப்படிச் சாத்தியப்படும்? ஒரு புயல், மழை வந்தால் நாடு முழுவதும் வெள்ளக் காடாகக் காட்சியளிக்கிறதே இங்கு நீர்மானி பொருத்துவது எப்படி?

பதில் : இப்போதுதான் நமது தலைமைச் செயலாளர் அமெரிக்காப் போயிருக் கிறார், வட்டிக் கடையில் பணம் வாங்கி வருவதற்கு. கொஞ்சம் கொஞ்சமா ஏரி, குளங்கள் எல்லாம் ஆழப்படுத்தி விடுவோம். அதற்குள்ளே சிறு, குறு உழவர்கள் எல்லாம் மறைந்துவிடுவார்கள். தப்பாக எடுத்துக் கொள்ள வேண்டாம். முன்னாள் வேளாண்துறை இயக்குனர் பதவி வகித்த ஏ.வெங்கட் ராமன் கொஞ்சம் வெளிப்படையாகவே பேசக்கூடியவர். இனி விதை விற்பனையை வேளாண்துறை செய்யக் கூடாது என்று கொள்கை வகுத்தவர். இந்தியாவில் அவர் (அமெரிக்காவுக்கு) செய்த சேவையை மெச்சி உலக வட்டிக்கடை வேலை கொடுத்தது. திரும்பி வந்த அவர், தமிழ்நாடு திட்டக் குழுவில் ஆலோசகராக அமர்ந்தார். அவர் சொன்னார். பண்ணைகள் இயந்திர மயமாக்கப்படுவதால், வேலையில்லாத் திண்டாட்டம் பெருகும் என்று கவலைப்படத் தேவையில்லை. பார்சல் கட்டுபவர், வண்டியில் பெட்டியை ஏற்றுபவர், இறக்குபவர், வாயிற்காவலர் இப்படி வேலை வாய்ப்புகள்

பெருகும் என்று சொன்னார். நமது மொழியில் சொன்னால், நிலத்துக்குச் சொந்தக்காரர்கள் கூலிகளாக்கப்படுவார்கள். இதற்கு முதல் கட்டமாகத்தான் ஒப்பந்த வேளாண்மை புகுத்தப்படுகிறது.

கே. : அது என்ன ஒப்பந்த வேளாண்மை?

பதில் : ஆங்கிலத்தில் சொன்னால் புரியும். கான்ட்ராக்ட் ஃபார்மிங். கம்பெனிக் காரரே, விதை, உரம், நஞ்சு, எல்லாம் கொடுப்பார். அவர் சொன்ன பயிரை, சொல்லும் விதத்தில் பயிர் செய்து கொடுக்கவேண்டும். முன்பே சொன்ன விலையில் கடனையும் வட்டியையும் எடுத்துக் கொண்டு பணம் கொடுப்பார்.

கே. : நமது விஞ்ஞானிகள் மூளைச்சலவை பற்றி என்னவோ சொன்னீர்கள்?

பதில் : நமது நாட்டுக் கல்வி முறைக்கு மெக்காலே கல்விமுறை என்று பெயர். அதாவது கம்பெனிகளுக்குத் தொண்டு செய்ய இளைஞர்களைப் பயிற்று விப்பது. மத்திய அரசு வெளியிட்டுள்ள 'இந்திய வேளாண் வளர்ச்சி வரலாறு' நூலில் திரு.ராண்டவா ஐ.ஏ.எஸ். இது பற்றி எழுதுகிறார்.

இந்தியாவுக்குக் கல்வித்திட்டம் வகுத்த லார்டு மெக்காலே அன்று இங்கி லாந்து ராணிக்கு எழுதிய கடிதத்தில் இப்படிச் சொல்கிறார். 'இந்தியாவில் உள்ள அனைவருக்கும் கல்வியளிப்பது நமது நோக்கமல்ல. கருப்பர் களுக்கும் நமக்கும் மிகப் பெரிய இடைவெளி உள்ளது. இது நமது வியாபா ரத்துக்குத் தடையாக உள்ளது. இந்திய இளைஞர்களுக்குக் கல்வியளிப்பதன் மூலம் நாம் இடைத்தரகர்களை உருவாக்குவோம். அவர்கள் நிறத்தாலும் ரத்தத்தாலும் இந்தியர்களாக இருப்பார்கள். ஆனால், தொழிலில் அவர்கள் நமது விசுவாசிகளாக இருப்பார்கள்.

இப்படிக் கேட்டு ராணியிடம் ஒப்புதல் பெற்றுக் கல்வி நிலையங்கள் தொடங் கியதால்தான் வெள்ளையர்கள், தாங்கள் பாதுகாப்பாக இருந்துகொண்டு, வணிகத்தைக் கொண்டு செல்ல முடிந்தது. இதே தந்திரத்தை அமெரிக்காக் கையாண்டது. மெக்காலே முறையில் தயாரிக்கப்பட்ட சி.சுப்பிரமணியம் (முன்னாள் மைய அரசு உணவு அமைச்சர்) அமெரிக்காவுக்கு உதவினார். அமெரிக்காவுக்குத் தொண்டு செய்வதற்காகவே இந்தியாவில் 47 வேளாண் பல்கலைக் கழகங்கள் உருவாக்கப்பட்டு தொண்டு புரிந்தன. அதன் விளைவு தான் மன்மோகன் கவலைப்படும் வேளாண் நெருக்கடி.

நோபல் பரிசு பெற்ற அமர்த்தியா செ்ன, 'அறுபது ஆண்டு சுதந்தரத்துக்குப் பிறகும் பிள்ளைகள் பள்ளி செல்லவில்லையானால், கர்ப்பமுற்ற தாய்க்குச் சத்துணவு இல்லையானால் நாம் எல்லாம் வெட்கித் தலைகுனிய வேண்டும்' என்று சொல்கிறார். 'நமக்குப் பின்னர் விடுதலை அடைந்த சீனாவைப் பார்த்துப் படித்துக் கொள்ளக் கூடாதா' என்று அமர்த்தியா செ்ன கேட்கிறார். சீனாவைப் பாருங்கள் என்று கம்யூனிஸ்டுகள் சொன்னபோது, பலரும் அதைக் கேலி செய்தார்கள். எனக்குத் தெரிந்து அமர்த்தியா செ்ன ஒரு கம்யூ னிஸ்ட் இல்லை. அவரும் சீனாவைப் பாருங்கள் என்று சொல்கிறார். அப்போது அதில் ஏதோ உண்மை இருக்கிறது என்றுதானே அர்த்தம்!

ஆனால், நாமோ அமெரிக்காவின் மாயவலையில் சிக்கிக் கிடக்கிறோம். ஈராக் புகழ் புஷ் இந்தியா வந்தபோது, மன்மோகனுடன் ஒப்பந்தம் கையெழுத் தாகியுள்ளது. நமது நாடு பல்லுயிர்ப் பெருக்கத்துக்குப் பெயர் போனது. இவற்றைக் கொள்ளை கொண்டு போக அமெரிக்கா கண்டுபிடித்த தந்திரம் தான் கல்வி, பயிற்சி, ஆராய்ச்சியில் இந்திய - அமெரிக்கக் கூட்டு ஒப்பந்தம்.

கே. : வளர்ந்த நாடுகளுடன் இணைந்து ஆராய்ச்சியில் ஈடுபடுவது நமது முன்னேற்றத்துக்கு வழி வகுக்காதா?

பதில் : நாம் முன்னேறினால் அமெரிக்காவுக்கு மென்ன ஆதாயம்?

இந்தியாவில் கண்டறிந்தவை 45,000 செடிகள்; இதே அளவு விலங்குகள். ஐந்து செடிகளுக்கும், மூன்று விலங்குகளுக்கும் அமெரிக்காத் தாயகம். நமது விதைகளை வாரிக் கொண்டு போன பிறகுதானே அவர்கள் விதை இறக்கு மதியானது. நெல்லும் கோதுமையும் சுய மகரந்தச் சேர்க்கையுள்ள பயிர்கள். விளைச்சலில் திரண்ட தானியத்தைப் பாதுகாத்தால் மீண்டும் விதைக்கலாம். இப்படிப்பட்ட பயிர்களில்கூட பருவத்துக்குப் பருவம் விதையை உழவர் வாங்கும்படி செய்துவிட்டார்கள். அதன்பிறகுதான், அவர்களின் விதைகளும் ரசாயனங்களும் இயந்திரங்களும் புகுந்து இயற்கை வள ஆதாரங்களையும் மனித உடல் நலத்தையும் சீரழித்தன. அவர்களது நோக்கம் வியாபாரக் கொள்ளை. அறிவு வளர்ச்சியல்ல. அதற்காக நமது பல்கலைக் கழகங்களில் எட்டப்பன்களையும் மீர் ஜாபர்களையும் உருவாக்கியுள்ளார்கள். எந்தத் தடையும் இல்லாமல் நமது ஆதாரங்களைக் கொள்ளை கொண்டு போய், அவர்கள் சொத்தாக மாற்றி இங்கே கொண்டு வந்து விற்க உள்ளார்கள். மீண்டும் நமது வளங்கள் கொள்ளை போகின்றன, நமக்குத் தெரியாமலே.

கே. : வளர்ந்து வரும் மக்களுக்குத் தேவையான உணவை உற்பத்தி செய்யவே பி.டி. விதை என்கிறார்களே?

பதில் : பி.டி. விதைகள் விளைச்சலைப் பெருக்கும் திட்டம் அல்ல. பூச்சி தின்ன முடியாத விஷச் செடிகளை உற்பத்தி செய்வதே திட்டம். நச்சுத் தக்காளி, நச்சு வெண்டைக்காய், நச்சு கத்தரிக்காய், நச்சு வைக்கோல், நச்சு அரிசியை உற்பத்தி செய்வதே பி.டி. பயிர்களின் வேலை.

கே.: தீங்கு பயக்கும் பயிர்களைப் புகுத்த மாட்டோம் என்று தமிழக வேளாண் துறை அமைச்சர் சொல்கிறாரே?!

பதில் : எந்தத் தீமை அமைச்சர்களிடம் சொல்லிக் கொண்டு வந்தது? ஆனானப் பட்ட ராஜாஜியின் சீடர், சி.சுப்பிரமணியத்துக்கே பச்சைப் புரட்சியால் நடந்த தவறு சாவதற்கு முன்புதான் தெரிந்தது. அல்லது எந்த அமைச்சருக்கு வரும் பொருள் உரைக்கும் ஆற்றல் இருக்கிறது?

நாடு முழுவதும் தாய்ப்பால் வழியாக பூச்சிக் கொல்லி நஞ்சு பிறந்த குழந்தைக்கு ஊட்டப்படுகிறது. பிறவி ஊனத்தோடு குழந்தை பிறக்கிறது. இரண்டு தலையுடன் ஆட்டுக்குட்டி, இரண்டு வாயுடன் கன்றுக்குட்டி, இதயத்தில் ஓட்டை, சிறுநீரகத்தில் கல், பெண்கள் வயிறு வலி எடுத்தால்

கர்ப்பப்பை நீக்கம் இவையெல்லாம் வரும் என்று பச்சைப் புரட்சி புகுத்தப் பட்ட போது, யாராவது யோசித்தார்களா? இவ்வளவும் நடந்த பிறகும் கேரளா அரசாங்கம் தடை செய்த என்டோசல்பான் தமிழ்நாட்டில் கத்தரி, வெண்டை, புடல் பயிர்களில் தெளிக்கப்படுகிறதே! தடுக்க முடிகிறதா?

கே.: **பி.டி. அபாயம் எப்படிப்பட்டது என்று சொல்லுங்கள்.**

பதில் : முன்பு மாட்டையும் மாட்டையும் இணை சேர்த்தார்கள். பின்பு, மேற்கு நாட்டுக் காளையின் விந்தை மட்டும் கொண்டுவந்து நமது பசுவில் ஊசி வழியாகச் செலுத்தினார்கள். அப்படிப் பிறந்த கன்றுகள் பசுவாகி இப்போது பேருந்து நிலையத்தில் பிளாஸ்டிக் குப்பை பொறுக்குகின்றன. குதிரையையும் கழுதையையும் இணை சேர்த்தார்கள்; கோவேறு கழுதை பிறந்தது. அதற்குக் குட்டி பிறக்கவில்லை. கத்தரிக் காயையும் சுண்டைக் காயையும் ஒட்டு சேர்த்தார்கள். அதற்கு மேல் ஆராய்ச்சி மீளவில்லை. அதன்பிறகு பயிர்களின் விதைகளைக் கருவிலேயே அழித்து இயற்கையின் படைப்பைக் கேள்விக் குள்ளாக்கினார்கள். இன்றைய அவலம் உச்ச மட்டம். பெண்ணின் மார்பில் உள்ள மரபணுவை (ஜீன்) பசு மடியில் ஒட்டுகிறார்கள். தவளைத் தோலில் உள்ள மரபணுவைத் தக்காளி விதையில் ஒட்டுகிறார்கள். அப்படித்தான் இப்போது பேசில்லஸ் துரிஞ்செ்ன்சிஸ் என்ற நச்சுக் கிருமியின் மரபணுவை நெல்லில், கத்தரி, வெண்டை, தக்காளி, மக்கா, சோயா போன்ற பயிர்களில் புகுத்துகிறார்கள்.

கே.: **பி.டி. பயிர்கள் எப்படிப்பட்ட பின் விளைவுகளை ஏற்படுத்தும்?**

பதில் : பேசில்லஸ் துரிஞ்செ்ன்சிஸ் கிருமியின் மரபணு, விதைக்குள் ஒரு நஞ்சை சுரக்கும். அதன் மூலம் செடி முழுவதும் நஞ்சாகும். மரபணுவைப் புகுத்துவதால் செடி பலவீனமாகும். மரபணுவைச் செடியில் புகுத்துவது மட்டுமே விஞ்ஞானி கையில் உள்ளது. பின்னர் அது எங்கு போகும்? எதை மாசுபடுத்தும் என்று எவராலும் சொல்ல முடியாது. மரபணு மாசு எந்த உயிருக்குள்ளும் புகுந்து பாதிப்பை உருவாக்கும். ஒரு கேலிச் சித்திரம் இப்படிச் சொல்கிறது. பசுமாட்டில் பன்றி மடி போல் உருவாக்கலாம். மனித உடலில் எலியின் தலையும் ஆட்டுக் காலும் உண்டாகலாம்.

மரபணு மாற்றி, உணவு ஒவ்வாமையை உருவாக்குவதாகக் கூறி ஐரோப்பாக் கண்ட நாடுகள் இறக்குமதி செய்ய மறுத்துவிட்டன. பஞ்சத்தில் வாடும் தென்னாப்பிரிக்கா சோளத்தை நொறுக்கி மாவாகக் கொடு என்று அமெரிக் காவைக் கேட்கிறது. தானியமாக வந்து தப்பி முளைத்தால் உள்நாட்டு ருசி மிகுந்த ரகங்கள் அழிந்து போகும் என்று அஞ்சுகிறது ஆப்பிரிக்கா.

அமெரிக்க அரிசியில் பி.டி. கலப்பு ஏற்பட்டதால் உலக நாடுகள் ஏற்று மதிக்குத் தடைவிதித்துள்ளன. விதையானது நிலத்திலோ, களத்திலோ அல்லது சேமிப்புக் கிடங்கிலோ மற்ற விதைகளுடன் கலந்துபோக வாய்ப் புண்டு. இப்படிக் கலப்பதால்தான், பல நிலங்களில் இரண்டுக்கு (டபுள் டக்கர்) பயிர்களைப் பார்க்கிறோம். மான்சான்டோ விதையில் உள்ள மரபணு,

நமது பயிரில் புகுந்துவிட்டால் மான்சான்டோ கம்பெனி நஷ்டஈடு கொடுக் காது. கம்பெனிக்கு நாம்தான் கப்பம் கட்ட வேண்டும் என்று மரபணுவுக்கு கம்பெனி, காப்புரிமை வாங்கியுள்ளது.

கே.: **கோவை வேளாண் பல்கலைக்கழகத் துணைவேந்தர், 'பி.டி.கத்தரிக் காய் நுகர்வுக்குத் தரமானது' என்று கூறி இருக்கிறாரே?**

பதில் : அவர் பதவி ஏற்ற சில நாள்களிலேயே கண்காட்சி நடத்தி மான் சேன்டோ கம்பெனிக்குப் பரிசு கொடுத்தவர். அவரிடம் சில கேள்வி கேட் டோம். பி.டி.கத்தரிக்காயை எந்தப் பருவத்தில் எந்தச் சர்வே எண் நிலத்தில் பயிர் செய்தீர்கள்? எவ்வளவு விளைச்சல் இருந்தது? யார் யார் தின்றீர்கள்? என்ன செய்து சாப்பிட்டீர்கள்? வேலூர் கத்தரிக்காய், ஐயம்பாளையம் கத்தரிக் காயுடன் ஒப்பிட்டுப் பார்த்தீர்களா? என்று கேள்வியனுப்பினோம். இரண்டு மாதத்துக்குப் பின் பதில் வந்துள்ளது, யாரும் தின்று பார்க்கவில்லையாம், கத்தரிக்காயை எல்லாப் பூச்சிகளும் தின்கின்றனவாம்.

கே.: **இந்த இடர்ப்பாடுகளில் இருந்து நாடு தப்பிக்க யோசனை என்ன?**

பதில் : எம்.எஸ்.சுவாமிநாதன் அறிக்கையின் படி வேளாண்மை மாநிலப் பட்டியலில் உள்ளது. அது மத்திய அரசை குறை சொல்ல முடியாது. (உழவர் களைக் கொண்ட) குழு அமைத்து பொருத்தமாகத் திட்டமிட்டு அல்லவை நீக்கி நல்லவை செய்ய வேண்டும்.

கே.: **எல்லோருக்கும் உணவு சத்தானது, சுவையானது, உறுதி செய்யப்படுவது எப்படி?**

பதில் : இருக்கவே இருக்கு இயற்கைவழிப் பயிர் சாகுபடி. மடகாஸ்கர் தீவில் ரசாயனம், ஒட்டுவிதை இல்லாமல் ஏக்கருக்கு ஆறு டன் நெல் விளைச்சல் எடுக்கிறார்கள். தமிழ்நாட்டில் நாலு டன் நெல் விளைச்சல் எடுக்கிறார்கள். கோபிசெட்டிப்பாளையம் உழவர்கள் இதில் மிகப் பெரிய சாதனையே செய்திருக்கிறார்கள். ஆயிரக்கணக்கான நிலங்களில் இன்று மண்புழு உழுகிறது.

கே. : **இயற்கை வேளாண்மையில் எல்லாருக்கும் உணவளிப்பது சாத்தியமா?**

பதில்: கியூபா மூவர்கள் மாடு கட்டி உழத் தொடங்கி பத்தாண்டுகளாகின்றன. அந்த மக்கள் உலக சுகாதார நிறுவனம் சொல்லும் எல்லா அளவுகளையும் மிஞ்சி உண்கிறார்கள். கியூபா இன்று அனைத்து வகையிலும் உணவு உதவி நின்ற பின்பும் சொந்தக்காலில் நிற்கிறது.

'வேளாண் விஞ்ஞானிகளுக்குக் கலாசாரமும் தெரியாது; வரலாறும் தெரியாது!'

2006-ம் ஆண்டு விழிப்புணர்வு பத்திரிகைக்கு நீண்டதொரு பேட்டி அளித்திருக்கிறார் நம்மாழ் வார். பேட்டி எடுத்தவர் திரு.கதிர். சுருக்கப்பட்ட அந்தப் பேட்டியிலிருந்து:

கேள்வி: 'கடந்த கால் நூற்றாண்டு அனுபவம் பற்றி...'

பதில்: 1963-க்கும் 1969 ஆம் ஆண்டுக்கும் இடைப் பட்ட காலத்தில் கோவில்பட்டி மண்டல ஆராய்ச்சி நிலையத்தில் பணிபுரிந்தேன். 11 விஞ் ஞானிகளும் 22 உதவியாளர்களுமாகப் பணிபுரிந் தோம். டெல்லியிலிருந்து ஒட்டுக் கட்டி சொத்தை (வீரிய) விதைகள் இறக்குமதியாயின. உப்பு உரங்கள் பரிந்துரைக்கப்பட்டன. பூச்சிக்கொல்லி ரசாயனங்கள் புகுத்தப்பட்டன. 158 ஏக்கர் பண்ணையில் ஒரு சிறு துண்டு நிலத்தில்கூட லாபம் வரவில்லை. இந்த உழவியல் முறை நீடித் தால், நமது உழவர்கள் கடன் படுவார்கள். நிலம் தரிசு போடப்படும். இதற்கு உழவன் மகனாகிய நம்மாழ்வார் துணை போகவேண்டியதில்லை என்று முடிவு எடுத்து வெளியேறினேன். அன்று கண்ட முடிவு சரி என்பதையே காலம் நிரூபித் துள்ளது.

1969-க்கும் 1979-க்கும் இடையில் களக்காடு ஒன்றியத்தில் பணிபுரிந்தேன். அது நோபல் பரிசு வாங்கிய அருட்தந்தை டோமினிக் பியர் தொடங்கிய நிறு வனம். அந்த நிறுவனம் உழவர்களுக்குத் தண்ணீர் வசதி செய்து கொடுத்து, உழவு, மருத்துவம் போன்ற சேவையையும் அளித்தது. நாளைக்கு 18 மணி நேரம் உழைத்தோம். 10 ஆண்டுக்குப் பிறகு பார்த்தபோது, உழவர் எல்லாம் கடனாளியாக இருந்தார்கள். வியாபாரிகள் எல்லாம் பணக்காரர்களாகி விட்டார்கள்.

முக்கியத் திருப்பம் தர்மபுரி மலைகளில் இருந்தது. 1970-க்கும் 1981-க்கும் இடைப்பட்ட காலம் அது. காடுகள் கரியானதால், வாழ்க்கைக் கருகிப் போயி ருந்த மக்களுக்கு நான் சொல்வதற்கு ஒன்றுமில்லை. அவர்களிடம் இருந்து கற்கத் தொடங்கினேன். அதுவே தொடர்கல்வியாக எனக்கு அமைந்து விட்டது.

1983-ம் ஆண்டு தமிழ்நாட்டில் கோடையில் வறட்சி. குளிர்காலத்தில் (மூன்று நாள் மழையில்) வெள்ளம். ஒரே ஆண்டில் வெள்ளமும் வறட்சியும் தோன்று வது எதனால்? ஒரே விடை, மரம் இல்லை. வெள்ளைக்காரன் வெளியேறிய போது, நிலப்பரப்பில் நான்கில் ஒரு பங்கு காடாக இருந்தது. மூன்றில் ஒரு பங்கு நிலம் காடாக இருந்தால் நாட்டுக்கு நல்லது என்றார்கள். பணம் ஒதுக்கினார்கள். படைவீரர்களுக்குரிய அதிகாரத்தோடு வன அதிகாரிகள் தர்பார் நடத்தினார்கள். 1982 கணக்குப்படி, 17 விழுக்காடு பரப்பு காடாக உள்ளதாகக் கதை விட்டார்கள். 1986-ம் ஆண்டு ஆப்பிள், அதுதான் நாம் வான வெளியில் சுழலவிட்ட செயற்கை நிலா எடுத்தனுப்பிய படத்துக்கு விஞ் ஞானிகள் வண்ணம் தீட்டிப் பார்த்தார்கள். 11 விழுக்காடு மட்டுமே காடு இருப்பதாகக் காட்டியது. அதில் மூன்று விழுக்காடு வெறும் முற்புதர்கள்.

'சமூக நலம் காக்க காடு வளர்ப்பீர்' என்று வெளிநாட்டவர் திட்டமும் நிதியும் கொடுத்தார்கள். தமிழ் நாட்டுக்கு சுவீடன் நாடு 110 கோடி ரூபாய் நிதிய ளித்தது. அதைக் கொண்டு வனத்துறையினர் ஏரி, குளங்களில் கருவேல மரமும் (அதுவும் இறக்குமதியானது) மேய்ச்சல் நிலங்களில் தைல மரங் களும் (மாடு தின்ன முடியாதது) மட்டுமே நட்டு வளர்த்தார்கள். காணாமற் போனது சமூக நலம். இதுகுறித்து அன்று அரசு ஆலோசகராக இருந்த வங்காளி ரத்தீன்ராய் நமது கவனத்தைத் திருப்பினார். அவர் மூலம் நம் கைக்கு வந்து சேர்ந்த புத்தகம், ஒரு வைக்கோல் புரட்சி. அது முதற்கொண்டு இயற்கை வழி உழவாண்மைப் பற்றிய தீ உள்ளத்தில் கொளுந்துவிட்டு எரியத் தொடங்கியது.

இயற்கை வழி உழவாண்மை ஒன்றே நிலைத்தும் நீடித்தும் இருக்க வல்லது. இயற்கை வழி என்பது யூரியாவுக்குப் பதிலாகச் சாணி போடுவது இல்லை. உயிர் உள்ள இயற்கை, உயிர் இல்லா இயற்கை - இவற்றுக்கிடையில் உள்ள உறவுகளை அறிந்து பயிர் செய்வது இயற்கைவழி. எடுத்துக்காட்டாக, பயிர்ச் செடிகளை உண்ணும் பூச்சிகள் மிகவும் சொற்பம். அவற்றைத் தின்னும் பூச்சிகளும் குருவிகளுமே உலகில் அதிகம். பூச்சிகளைக் கொல்வதற்கு என்று

நஞ்சு தெளித்தபோது நன்மை செய்யும் பூச்சிகள் மடிந்தன. பறவைகள் மறைந்தன. ஆகவே, பூச்சிக்கொல்லி தெளிப்பதாலேயே பூச்சிகள் பெருகுகின்றன.

பயிற்சியளித்த மற்றுமொரு தகவல், ரசாயன உரங்கள் விளைச்சலை உயர்த்து வதற்காக, உற்பத்தி செய்யப்பட்டவையல்ல. உலகப் போரின் பொழுது, போர்க் காலத்தில் வெடியுப்பு தயாரித்த கம்பெனிகளுக்குப் போரில்லாக் காலத்திலும் லாபம் குவிப்பதற்காகவே ரசாயன உரங்கள் கண்டுபிடிக் கப்பட்டன. அதுபோலவே, பூச்சிக்கொல்லி நஞ்சுகள் பூச்சியைக் கொல்லு வதற்காகக் கண்டுபிடிக்கப்பட்டவை அல்ல. இரண்டாம் உலகப் போரில் ரஷ்யப் படைவீரர்களைக் கொல்லுவதற்காகக் கிணற்றிலும் ஆற்றிலும் கொட்டுவதற்காக, ஹிட்லர் படை விஞ்ஞானிகள் கண்டுபிடித்தவை. போர் முடிந்த பிறகும் கம்பெனிகள் லாபம் குவிக்க வேண்டும் என்பதற்காகவே பூச்சி மருந்து என்ற பெயரில் இந்த நஞ்சுகள் உழவர் தலைகளில் கட்டப் பட்டன.

இதன் விளைவாக தானியம், பருப்பு, காய், கனி, இறைச்சி, முட்டை, பால், தாய்ப்பால் எல்லாமே நஞ்சாகிப் போயின. இதனை 1984-ம் ஆண்டிலேயே கோவைப் பல்கலைக்கழகம் கண்டறிந்தது. அதனால், இயற்கை வழிப்பயிர் பாதுகாப்புத் துறை என்று ஒரு துறையையும் திறந்திருந்தது. இருபத்தைந்து ஆண்டுகளாக இயற்கை வழிப் பயிர் பாதுகாப்பு உத்தி எதுவும் வெளியிடப் படவில்லை என்பது தமிழ்நாடு வேளாண்மை பல்கலைக்கழகத்தின் நேர்மையை சோதனைக்குள்ளாக்குகிறது.

1996-ம் ஆண்டு ஐரோப்பிய நாடுகளில் சுற்றுப்பயணம் இருந்தது. அங்கெல் லாம் சிறு அளவு இயற்கை உழவர் பண்ணைகளில் வெற்றிக்கொடி பறந்து கொண்டிருந்தது. பெரிய அளவு பண்ணைகள் எளிதில் ரசாயனங்களையும் இயந் திரங்களையும் கைவிட முடியாத நிலை உள்ளது. நாட்டு மக்கள் தொகையில் நூற்றில் இரண்டு அல்லது மூன்று பேர் மட்டுமே கிராமப்புறத்தில் வாழ் கிறார்கள். ரசாயனப் பூச்சிக் கொல்லிகளின் கொடுமையை எல்லோரும் உணர்ந் திருக்கிறார்கள். இந்தியாவில் இருந்து இயற்கையில் விளைந்தவை அங்கு இறக்குமதி ஆக வேண்டுமென்று எதிர்பார்க்கிறார்கள்.

1996-ம் ஆண்டின் இறுதியில் பிலிப்பைன்ஸ் நாட்டில் இருந்தேன். 12 நாடுகளைச் சேர்ந்த 18 பேர் ஆய்வுப் பட்டறையில் இருந்தோம். பயிற்சிக் காலம் ஒரு மாதம். தஞ்சை மாவட்டம் போன்று அங்கு வளம் மிகுந்த பகுதி மணீலா. பச்சைப் புரட்சி செய்து நிறைய விளைச்சல் எடுத்த பகுதி. நிலம் வளமிழந்து தரிசாகக் கிடக்கிறது. அங்கொன்றும் இங்கொன்றுமாக ஒரு மாடு நீண்ட கயிற்றில் கட்டப்பட்டிருக்கிறது. அது இறைச்சிக்காக வளர்க்கப்படு கிறது. அமெரிக்காவில் பெரு முதலைகளான ராக்பெல்லர் எண்ணெய் கம்பெனியும், போர்டு மோட்டார் கம்பெனியும் அவர்களது கூட்டாளிகளும் கூடி உருவாக்கிய நெல் ஆராய்ச்சி நிலயம் பிலிப்பைன்ஸில் உள்ளது. இங்குதான் ஐ.ஆர்.8, ஐ.ஆர்.5 போன்று சொத்தை விதைகளை எல்லாம்

உற்பத்திச் செய்தார்கள். இந்தியாவில் இருந்த பல்லாயிரம் விதைகளை இந்த கம்பெனிக்கு வாரிக் கொடுத்ததற்காக நமக்கு இயக்குநர் பதவி கிடைத்தது. ஐ.ஆர்.ஆர்.ஐ. ஆராய்ச்சி நிலையத்தில் இருந்த பயிர்களை விடவும், மலைகளில் மாடிப்படி போல அமைந்த அந்த நாட்டு விவசாயிகள் செய்திருந்த பயிர் சிறப்பாக இருந்தது. பயிற்சிகாலம் முடிவில் இப்படி எழுதி னோம்.

'1960-க்கு முன்பு உலகில் இருந்தது வேளாண்மை. 1960-க்குப் பின்பு வந்தது வேளாண் வணிகம். இந்த வேளாண் வணிகத்தின் தன்மை இப்படி இருந்தது.

1. எல்லாவற்றையும் வெளிநாட்டிலிருந்து இறக்குமதி செய்வது.

2. ஏற்றுமதி செய்வதற்காகவே உற்பத்திச் செய்வது.

இந்தப் புரிதலுடன் இவற்றுக்கு எதிராக மக்கள் தேவைக்காகவும் உள்ளூர் ஆதாரங்களைப் பயன்படுத்தியும் செய்வதுவே இயற்கை வழி வேளாண்மை. தொடர்ந்து அதை மக்களிடம் கொண்டு செல்லப் பாடுபடுகிறேன்.'

கே.: *இயற்கை வேளாண்மைக்கு அதிகமாக கால்நடைகள் தேவைப்படும். அந்தக் கால்நடைகளின் கழிவுகள் மூலம் வெளியாகும் மீதேன் காற்று மூலம் பரவி, ஓசோன் திரையில் பாதிப்பு ஏற்படும் என்ற குற்றச்சாட்டு குறித்து?*

பதில் : வாழும் சூழலை நாசப்படுத்தும் ஆலைகளை நடத்தும் வியாபாரி களின் கையாள்களே இப்படிப் பிரச்சாரத்தைக் கிளப்புகிறார்கள். ஓசோன் திரையில் ஓட்டை போடுவது குளோரோ புளூரோ கார்பன். இந்தக் கலவை காற்று ஏர்கண்டிஷன், வீடு, அலுவலகம், கார்கள் வழியாக வெளியேறுகிறது. குளிர்சாதனப் பெட்டி உபயோகித்தால் வெளியேறுகிறது. தீயணைப்புக் கருவி வழியாக வெளியேறுகிறது. பொருள்கள் உடையாமல் பெட்டிகளில் அடைத்துப் பயன்படும் நெளிவு அட்டை தயாரிப்பில் வெளிப்படுகிறது. இவைகளுக்கு மாற்று உத்திகள் கண்டறியப்பட வேண்டும் என்று கோரிக் கைக்கு அமெரிக்கா உடன்படவில்லை. மாமியார் உடைத்தால் மண் குடம், மருமகள் உடைத்தால் பொன் குடமா? இயற்கை உழவாண்மைக்குத் தேவைப்படும் கால்நடை கழிவுகளில் மீதேன் வரும் என்பவர்கள், இறைச் சிக்காக லட்சக்கணக்கில் கால்நடைகளை வளர்ப்பதைக் கொஞ்சம் கண் திறந்து பார்க்க வேண்டும். அந்தக் கால்நடைகளின் கழிவிலிருந்து மீதேன் வராதா? ஓசோனில் ஓட்டை விழாதா? அதைச் சகித்துக் கொள்கிறவர்கள் இதை ஏன் சகித்துக் கொள்ள மறுக்கிறார்கள்?

கே.: *உழவர் தற்கொலைகள் மலியும் இந்த வேளையிலும் சிலர் மரபணு மாற்றுப் பயிர்கள், விதைகளுக்காகப் பிரச்சாரம் செய்வது ஏன்?*

பதில்: கடந்த இருபது ஆண்டுகளாக 1,40,000 உழவர்கள் தற்கொலை செய்து கொண்டிருப்பது எல்லோருக்கும் தெரியும். முக்கியமாக, வேளாண்மை விஞ்ஞானிகளுக்கும் வேளாண்மைப் பல்கலைக் கழகத் துணைவேந்தர் களுக்கும் வேளாண்மை அமைச்சர்களுக்கும் நன்றாகத் தெரியும். ஆனாலும்

கோவை வேளாண் பல்கலைக் கழகம் மண்ணுக்கும் உழவுக்கும் மனிதகுலத் துக்கும் கேடு விளைவிக்கும் மரபணு மாற்று விதைகளை உழவர் நிலத்தில் புகுத்துவதில் கடும் முயற்சியில் ஈடுபடுவதன் காரணம் புரியவில்லை. இப்படிப்பட்டவர்களை நினைக்கிறபோது, பாரதியாரின் பன்றிக் கதைதான் நினைவுக்கு வருகிறது.

கே.: **பிரதமர், குடியாட்சித் தலைவர் இருவரும் இரண்டாம் பசுமைப் புரட்சி பற்றிப் பேசுகிறார்களே...?**

பதில்: இவர்கள் இருவருக்கும் வேளாண்மையும் தெரியாது; உழவர் நிலையும் புரியாது. அப்படிப் புரிந்து விடாமல் பார்த்துக் கொள்ள வேண்டியது வேளாண்மை விஞ்ஞானிகளின் வேலை. ஓராண்டுக்கு முன்பு டாக்டர் வந்தனா சிவாவுடன் ஏழு மாநிலப் பிரதிநிதிகள் பிரதமர் மன்மோகன் சிங்கைச் சந்தித்து பச்சைப் புரட்சியின் கருகிய விளைவுகளையும் இயற்கை வழி உழவாண்மையின் சிறப்பையும் சுமார் அரைமணி நேரம் விளக்கி னோம். அனைத்தையும் கேட்ட பிறகு பிரதமர் ரசாயனம் இல்லாமல் வேளாண் உற்பத்தி சாத்தியமில்லை என்று விஞ்ஞானிகள் சொல்கிறார்களே? என்று பதில் உதிர்த்தார். பை நிறைய கொண்டு போயிருந்த வந்தனா சிவா எழுதிய புத்தகங்களையும் மரபணு விதையும் விதைச் சட்டமும் வேண்டாம் என்று எழுதி 10,000 பேர் கையொப்பம் இட்ட கோரிக்கைகளையும் பிரதமர் கையில் ஒப்படைத்துத் திரும்பினோம்.

நமது உழவர்கள் முதுகில், பலர் குதிரை சவாரி செய்கிறார்கள். உழவர்கள் நிமிர்ந்து கொண்டால் போதுமானது. பிறருக்கு மாடாக உழைப்பதை உழவர்கள் நிறுத்தவேண்டும். மாறாக மாடுகளை உழவர்கள் செல்வங்களாகப் பார்க்க வேண்டும். உலக முதலாளிகள் பெட்ரோல் விலையை உயர்த்தும் போதெல்லாம் கடைச்சரக்கின் விலை உயரும் என்பதை உணர வேண்டும்.

கே.: **பச்சைப் புரட்சி வெற்றி என்கிறார்கள். உபரி உற்பத்தி என்கிறார்கள். கப்பலில் கோதுமையை இறக்குமதி செய்கிறார்கள். கிட்டங்கியில் தானிய மூட்டை அடுக்கிக் கிடக்கிறது. ஆனாலும் மக்கள் பசியோடு தூங்கப் போவது கொடுமை, கேவலம் என்று உச்சநீதிமன்றம் சுட்டிக் காட்டியது. ஏன், இந்தக் கொடுமை?**

பதில்: பச்சைப் புரட்சி காலத்தில் வைக்கோலைக் குறைத்து, தானிய விளைச் சலை உயர்த்தியது உண்மை. சத்து மிகுந்த தானியங்கள் விளைந்த நிலங்களில் கோதுமையும் நெல்லும் விளைவித்ததால் நெல், கோதுமை தானிய விளைச் சல் உயர்ந்தது உண்மை. நிறைய அணைகளைக் கட்டியும், ஆழ்குழாய்க் கிணறுகளுக்கு மின் இணைப்பு வழங்கியும் நீர்ப்பாசன வசதியைக் கூட்டினார்கள். அதனால் ஒரு போகம் விளைந்த நிலங்களில், இரண்டு போகம் விளைந்தது. இரண்டு போகம் விளைந்த நிலங்களில் மூன்று போகம் விளைந்தது. அதனால் கோதுமை, நெல் தானிய விளைச்சல் உயர்ந்தது உண்மை. ஆனால், அது பழங்கதையாகிப் போனது. தொடர்ந்து ரசாயனங்

களைக் கொட்டியதால், நிலங்கள் உப்பாகிப் போய்விட்டன. கோதுமை தானிய விளைச்சல் குறைந்துவிட்டது.

ஆனால், தானிய விளைச்சல் குறைந்ததால்தான் இறக்குமதி செய்யவேண்டும் என்பது இல்லை. எப்போதும் இறக்குமதியில் ஆளும் கட்சிக்கு லாபம் இருக்கிறது என்று மூத்த பத்திரிகையாளர் குல்தீப் நய்யார் எழுதுகிறார்.

வாணிபப் பயிர் உற்பத்தி, ரசாயன உரங்கள், இயந்திர வேளாண்மை இவை புகுந்ததால், ஊர்ப்புறங்களில் வேலை இல்லாத் திண்டாட்டத்தைத் தோற்றுவித்தது. காடுகளை இழந்ததால் மழை மறைந்தது.

அதனால் சாகுபடி இழப்பு; வடிகால்கள், ஏரிகள் தூர் வாராததால் வெள்ளப் பெருக்கு, அதனால், சாகுபடி இழப்பு. இப்படி மக்கள் கையில் காசு இல்லாமல் போனது. உச்சவரம்புச் சட்டம் என்ற பெயரால், மிச்சவரம்புத் திட்டத்தைச் செயல்படுத்தியதால் ஏழை - பணக்காரர் இடைவெளி பெரிதாகியது. இத்தனை அவலங்களும் சேர்ந்ததால் கிட்டங்கியில் உணவு ஒருபுறம் இருக்க, மறுபுறம் பட்டினிச்சாவும் நடந்தேறுகிறது.

கே. : நம்முடைய பாரம்பரிய விதைகள் இன்றுள்ள சூழலுக்குப் பொருந்தாது என்று சில விஞ்ஞானிகள் சொல்வது உண்மையா?

பதில்: முதலில், அவர்களை விஞ்ஞானிகள் என்று சொல்லாதீர்கள். 1960-ம் ஆண்டு தொடங்கி இன்று வரை இவர்கள் உற்பத்தி செய்த குறுகிய கால விதைகள் குறித்து பெருமையாக ஆராய்ச்சி நிலையத்தார் கூறியது எல்லாம் பொய். அதே போன்றதுதான் இந்தப் பொய்யும். செங்குறுவை, கருங்குறுவையெல்லாம் 90 நாள்களில் விளையும் பாரம்பரிய ரகங்கள்தான். அறுபது நாளில் விளையும் அறுபதாம் குறுவைகூட நமது முன்னோர்களின் கண்டுபிடிப்புதான்.

தரக்குறைவான விதைகளையே விஞ்ஞானிகள் கண்டுபிடித்தார்கள். இவர்கள் கண்டுபிடித்த ஏ.டி.டி. 43 அரிசி, கிலோ 12 ரூபாய்க்கு விற்கும்போது, உழவர் வித்தான வெள்ளைப் பொன்னி அரிசி கிலோ 22 ரூபாய்க்கு விற்கிறது. நீண்டகால ரகங்களான கிச்சடிச்சம்பா, சீரகச்சம்பா எல்லாம் இயற்கை வழியில் பயிரிடப்படுகிறது. மக்கள் விரும்பி பயிரிடுகிறார்கள். தண்ணீர்த் தேங்கியுள்ள நிலங்களில் மடு மழுங்கிதான் சிறந்தது. கடல் தண்ணீர் புகும் கடற்கரைப் பகுதிக்குக் குழியடுச்சான், குடைவாழை போன்றவையே ஏற்றவை. நீர் குறைந்த பகுதிகளுக்கு வாடன்சம்பா, மாப்பிள்ளைசம்பா, புழுதிவிரட்டி, ஒசுவக்குத்தாளை இவையே ஏற்றவை. சுவை வேண்டுமானால் தூயமல்லி, சம்பாமோசனம் வளர்க்கலாம்.

இவையெல்லாம் விஞ்ஞானிகளுக்குத் தெரிந்திருக்க வாய்ப்பு இல்லை. அவர்களுக்குக் கலாசாரமும் தெரியாது, வரலாறும் தெரியாது. எதைத் தின்னுகிறோம் என்பதும் தெரியாது. அவர்கள் மனைவி, குழந்தைக்கு வரும் மார்புப்புற்று நோய், கர்ப்பப்பைபுற்று நோய் எதனால் வருகிறது என்பதும் தெரியாது.

கே.: இயற்கை உழவாண்மைக்குப் போனால் நல்ல விளைச்சல் பார்க்க குறைந்தது மூன்று முதல் ஐந்து ஆண்டுகள் ஆகும் என்று விஞ்ஞானிகள் அச்சுறுத்துகிறார்களே?

பதில்: இவர்கள் சொன்னதைக் கேட்டு ரசாயனத்தையும் நஞ்சையும் நிலத்தில் கொட்டியவர்கள், தற்கொலை செய்து கொள்கிறார்களே! அதைவிட இது சிறந்தது தானே?

இயற்கை உழவாண்மை மெதுவாகவே பலன் தரும் என்பதை எங்கு சென்று படித்தார்கள்? குருடர்கள் யானையைப் பார்த்தது போல, இவர்கள் பேச்சு இருக்கிறது. பலவகைத் தானியங்களை வளர்த்து மடக்கினால் நிலம் 60 நாள்களில் வளமாகும். நெய்வேலிக் காட்டாமணக்கை வெட்டி வாய் மடையில் போட்டால் எந்த உரமும் இல்லாமல் பயிர் விளையும். அமுதக் கரைசலில் 24 மணி நேரத்தில் பயிர், பச்சை காட்டும். ஆவூட்டம், ஆட்டுட்டம் தெளித்தால் விளைச்சலும் கூடும், சுவையும் கூடும். இயற்கை வேளாண்மைக்கு எதிராகப் பேசும் இந்த மேதாவிகளுக்கு, இயற்கை விவ சாயமும் தெரியாது; செயற்கை விவசாயமும் தெரியாது. சொற்ப பணத்துக் காக யாரோ சிலரின் ஊதுகுழல்களாகத்தான் இவர்கள் இருக்கிறார்கள்.

கே.: வாழ்வாதாரத்தையே அழிக்கும் விதைச் சட்டத்தின் பின்னணி என்ன?

பதில்: பதவியில் இருப்பவர்களுக்குத் தவறான தகவல்கள் கொடுக்கப் பட்டுள்ளன. 'கம்பெனி விதைகளால் விளைச்சல் உயரும்; கத்திரிக்காயைப் பூச்சி தின்னாது. அரிசி சாப்பாட்டால் கண் விளங்கும்' இப்படியெல்லாம் கம்பெனிகள் விஞ்ஞானிகளைப் பேச வைக்கின்றன. கடந்த 40 வருடங் களாகத் தேசிய விதை கார்ப்பரேஷன் குட்டிக்கரணம் போட்டும் 80 சதவிகிதம் உழவர்கள் தங்கள் விதைகளையே பயன்படுத்துகிறார்கள்.

இன்று தேசிய விதை கார்ப்பரேஷன் விதை கம்பெனி, பன்னாட்டு கம்பெனிகளிடம் தன்னை விற்றுக் கொண்டுவிட்டது. இதற்குப் பெயர்தான் தனியார்மயமாக்கம். தனியார் கம்பெனிகள் தான் கொடுப்பதை மட்டுமே உலக மக்கள் உண்ண வேண்டும். லாபம் மலை மலையாகக் குவிய வேண்டும் என்று எண்ணுகிறார்கள். அப்படியானால், உழவர் வீட்டில் விதை இருக்கக்கூடாது. அதற்காகத்தான் விதைச்சட்டம். விதை இன்ஸ்பெக்டர் எந்த வீட்டிலும் எந்த நேரத்திலும் புகலாம். எந்தப் பெட்டியையும் எந்தக் கதவையும் உடைக்கலாம். எந்தப் பூட்டையும் உடைக்கலாம். சான்று பெறாத விதை இருந்தால் உழவரை ஆறு மாதம் சிறையில் போடலாம். 25000 ரூபாய் வரை அபராதம் விதிக்கலாம். இவையெல்லாம் எதற்காக? நெற்றி வேர்வை சிந்தி, சேற்றில் நடந்து. வெயிலில் காய்ந்து நாட்டுக்குச் சுவையான உணவு உற்பத்திச் செய்து கொடுத்ததற்காக, உழவருக்குத் தேர்ந்தெடுக்கப்பட்ட ஓர் அரசு கொடுக்கும் பரிசு இது.

கே.: பாரம்பரியக் கால்நடைகளை அழித்துவிட்டு, வெளிநாட்டுக் கால்நடை களை இறக்குமதி செய்யும் அபாயம் குறித்து...?

பதில்: இடத்துக்கு ஏற்பவும் சூழலுக்கு ஏற்பவும் வளர்ச்சியுறும் கால்நடைகள் வேறுபடுகின்றன. காங்கேயம், உம்பளாச்சேரி, திருவண்ணாமலை, தருமபுரி, ஒங்கோல், கிர் இப்படி மாடுகளை ஊர்ப்பெயர் சூட்டி அழைப் பதிலிருந்தே இந்த உண்மை வெளிப்படும். வெளிநாட்டு மாடுகள் குளிர் சீமையில் வளர்பவை. அவை நமது தட்பவெப்ப நிலைமைக்கு ஏற்றவை இல்லை. இதை 1955-ம் ஆண்டு வாக்கிலேயே வேளாண் நிபுணர் வீ.டி.சுப் பையா முதலியார் கூறியுள்ளார். அதையெல்லாம் கண்டு கொள்ளாமல் இறக்குமதி செய்த காளை கொண்டு நமது கால்நடை இனங்களை அழிக் கிறார்கள். உயிரியல் பன்மயமே வளமைக்கு அடிப்படை என்று அவ்வப் போது பேசவும் செய்கிறார்கள்.

கே.: 'நீர்நிலைகள் சிதைக்கப்பட்டும் ஆக்கிரமிக்கப்பட்டும் ஆலை சாக்கடை யாக மாற்றப்பட்டும் வருகிறது. தண்ணீர்ப் பற்றாக்குறைக்கு 80 சதவிகிதத் தண்ணீர் உழவுக்குப் பயன்படுத்தப்படுவதே காரணம் என்று குற்றச்சாட்டு உள்ளதே?

பதில் : '95 சதவிகிதம் ஆற்று நீர் உழவுக்குப் பயன்படுத்தப்பட்ட காலம் இருந்தது. அன்று குடிநீர்த் தட்டுப்பாடு இல்லை. தமிழ்நாடு தண்ணீர் வளம் குறைந்த மாநிலம். அதனால் நமது முன்னோர்கள் 65,000 ஏரி, கண்மாய், குளம், குட்டைகளை வெட்டி, பராமரித்து வந்தார்கள். அவற்றின் கரைகளை வெட்டித் தண்ணீரை வடிய விட்டுவிட்டு, இன்று பேருந்து நிலையம், மாநகராட்சி அலுவலகம், நீதிமன்றம் எழுப்புகிறோம். தேயிலைத் தோட்டம், ரப்பர் தோட்டம், ஆலைக்கு மரம் வளர்ப்பு, நகர மயமாக்கம், சாலை விரிப்பு என்ற பெயரில் காடுகளையும் நஞ்சை நிலங்களையும் மொட்டையடித்துவிட்டு, நமக்குக் காது குத்தப் பார்க்கிறது சூது செய்யும் கூட்டம். அதே நேரத்தில் உழவர்கள் செய்யும் தவறுகளையும் சுட்டிக் காட்ட வேண்டும். பூமியை ஆழமாகத் துளைத்து, தண்ணீரை வெளியே எடுத்துக் கொட்டி, தென்னை, வாழை, கரும்பு பயிர் செய்வதெல்லாம் அடாவடித்தனம்.

வெளிநாட்டவர் கோவணம் கட்ட வேண்டும் என்பதற்காக, திருப்பூரில் ஆலைகளை நிறுவி, சாக்கடைகளை நொய்யல் ஆற்றில் கொட்டி அதைத் தீண்டத் தகாததாக ஆக்கிய குற்றவாளி யார்? அந்நியர் செருப்பு அணிய வேண்டுமென்பதற்காக, ஆம்பூர் வாணியம்பாடியில் தோல்பட்டறை தொடங்கிப் பாலாற்றைத் தீண்டத்தகாததாக மாற்றியது எவர் குற்றம்? இவையெல்லாம் காலம் கடத்தாமல் மக்கள் மன்றத்தில் விவாதிக்கப்பட வேண்டும்.

கே.: விதர்பா பகுதியில் ஐந்து மணி நேரத்துக்கு ஒரு தற்கொலை நடை பெறுகிறது. நிதியமைச்சர் அறிவித்துள்ள ஒரு லட்சம் கோடி ரூபாய் தற்கொலையைத் தடுத்து நிறுத்துமா?

பதில்: மன்மோகன்சிங் மந்திரிசபை பதவி ஏற்றவுடன் முதன் முதலாக அவர் செய்தது என்ன? ஆந்திர மாநிலத்துக்குப் பறந்து சென்று, அங்கு தற்கொலை செய்து கொண்டவர் குடும்பங்களுக்கு இழப்பீடு வழங்கினார். அப்போதே

உழவருக்குக் கடன் கொடுப்பதற்காக அதிக நிதி ஒதுக்கப்படும் என்று நிதிய மைச்சர் கூறினார். அவருக்குப் பதில் கூறிய டாக்டர் வந்தனா சிவா பின் வருமாறு கூறினார். 'கிணற்றில் விழுந்தவனைக் காப்பாற்ற ஒரு கயிற்றைவிட வேண்டும்.

மாறாக, நமது நிதியமைச்சர் ஒரு வாளி தண்ணீரைக் கொட்டுகிறார். கடனை அடைக்க முடியாமல் தற்கொலை செய்து கொள்கிறார்கள். அதற்கான காரணம் என்ன? சாகுபடி செலவு அதிகரிக்கிறது. தொடர்ந்து ரசாயனம் இட்டதால் மண் வளத்தை இழந்தது. உணவுப் பயிர் செய்வதற்குப் பதிலாக, வாணிபப் பயிர் சாகுபடி செய்ய ஊக்குவிக்கப்பட்டார்கள். மான்சேன்ட்டோ கம்பெனிப் பருத்தி வியாபாரி சொன்னதுபோல், விளையவில்லை. விளைந்தப் பருத் திக்குச் சரியான விலை கிடைக்கவில்லை. இக்காரணங்களைக் களையாது மேலும் கடன் கொடுப்பதால், தற்கொலையைத் தடுக்க முடியாது.' வந்தனா அன்று கூறியது இன்றைக்கும் பொருந்தும்.

—◦◉◦—

நம்மாழ்வாரின் பதில்கள்!

தமிழின வாழ்வியல் பேரிகை என்கிற பத்திரி கையில் ஆசிரியராக இருந்து, வேளாண் வாசகர் களின் கேள்விகளுக்குப் பதில் சொன்னவர் டாக்டர் நம்மாழ்வார். விதைத்தலும் விளைச் சலும் என்கிற பகுதியில் அந்தக் கேள்வி- பதில்கள் இடம் பெற்றன. அவற்றை இங்கு தொகுத்துத் தருகிறோம்.

பச்சைப் புரட்சியினால்தானே விளைச்சல் மூன்று மடங்கானது?

நடராஜன், சிதம்பரம்.

இந்தக் கேள்வி முற்றிலும் சரியானதல்ல.

1. நெல், கோதுமை ஆகிய இரண்டு தானியங் களின் விளைச்சல் மட்டுமே அதிகரித்திருக் கிறது.

2. உணவு என்பது இரண்டே இரண்டு தானி யங்கள் அல்ல.

3. வைக்கோலின் அளவைக் குறைத்து, தானிய விளைச்சல் உயர்த்தப்பட்டு உள்ளது. இரண் டையும் கூட்டிப் பார்த்தால் விளைச்சல் உயர வில்லை என்பது தெரியும்.

4. அரிசியை விடவும் சத்து மிகுந்த தானியங் களான கம்பு, சோளம், கேழ்வரகு, வரகு,

தினை, சாமை, குதிரைவாலி போன்ற தானியங்கள் விளைந்ததை அழித்து, நெல் சாகுபடி விரிவுபடுத்தப்பட்டுள்ளது. கோதுமையும் அப்படியே!

5. நிறைய அணைகளைக் கட்டி மானாவாரி நிலங்களாக இருந்தவற்றை நீர்ப்பாசன நிலங்களாக மாற்றியதால் நெல் விளைச்சல் உயர்ந்தது.

6. ஒரு போகம் விளைந்த நிலங்களில், இரு போகம் விளைந்ததாலும் உயர்ந்தது.

7. காலங்காலமாக நிலத்தடியில் சேமிக்கப்பட்டிருந்த நிலத்தடி நீரை மேலேற்றிப் பயிர் செய்ததாலும் தானிய விளைச்சல் உயர்ந்தது.

8. பல கோடி ஆண்டுகளாக நிலத்தில் சேமிக்கப்பட்டிருந்த வளத்தை ரசாயன உப்புகள் சிதைத்து, ஆரம்ப ஆண்டுகளில் விளைச்சலை அதிகரிக்க உதவின.

9. கடந்த 15 ஆண்டுகளாக, ஒரு ஏக்கர் நிலப்பரப்பில் விளையும் தானிய விளைச்சல் சரிந்தபடியேதான் உள்ளது.

எனவே, பச்சைப் புரட்சியினால்தான் 3 மடங்கு விளைச்சல் சாத்தியமானது என்பது கட்டுக்கதை.

பச்சைப் புரட்சி வராமல் இருந்திருந்தால் மக்கள் பட்டினியால் செத்திருப் பார்கள் இல்லையா?

அருணாசலம், திருவண்ணாமலை.

சில மாதங்களுக்கு முன் உச்சநீதி மன்றத்தில் தீர்ப்பு வெளியானது. கோடிக் கணக்கான தானிய மூட்டைகள் அரசாங்க சேமிப்புக் கிடங்குகளில் கிடக்கும் போது, கோடிக்கணக்கான மக்கள் பட்டினி கிடப்பது கண்டிக்கத்தக்கது என்பதே அந்தத் தீர்ப்பு.

அதிகமாக விளைவதற்கும், மக்கள் பசியாறுவதற்கும் தொடர்பு கிடையாது. அரிசி புழுத்துப் போனபிறகு கடலில் கொட்டுவார்கள். ஆனால் பசித்திருப் போர்க்கு உண்ணக் கொடுக்க மாட்டார்கள். இயற்கை ஆதாரங்கள் மக்களின் கைக்கெட்டும் தொலைவில் இருக்கும்போது மட்டுமே பட்டினிச் சாவை ஒழிக்க முடியும்.

ரசாயன உரம் இல்லாமல் உயர் விளைச்சல் எடுப்பது சாத்தியமா?

சீனிவாசன், திருவரங்கம்.

தொடர்ந்த ரசாயன உபயோகங்களால்:

1. நிலம் மலடாகிப் போனது.

2. நீர் அதிகம் தேவைப்படுகிறது.

3. மண் உவர்த்தன்மை அடைகிறது.

4. உழவன் கடனில் மூழ்குகிறான்.

5. அரசாங்கத்துக்கு, கொடுத்த கடன் மீளவில்லை.

6. நிலம் உழுவு அல்லாத துறைக்கு மாற்றப்படுகிறது.

மேலே சொன்ன காரணங்களால் ரசாயனங்களைப் பயன்படுத்தி, தொடர்ந்து உயர் விளைச்சல் எடுப்பது சாத்தியமற்றதாகிவிட்டது. இயற்கைக்குத் திரும்புவது மட்டுமே உணவுக்கு உத்தரவாதம் அளிக்க முடியும்.

இயற்கை விவசாயம் நூறு கோடிப் பேருக்கும் உணவு கொடுக்குமா?

பச்சைநாயகி, மதுரை.

பச்சைப் புரட்சியில் புகுத்தப்பட்ட ஒட்டு விதைகள், ரசாயனங்கள், இயந்திரங்களால் நாட்டில் வேலைவாய்ப்புகள் சுருங்கிவிட்டன. அதன் விளைவாக மக்களின் வாங்கும் சக்தி குறைந்துவிட்டது.

இரண்டாவதாக, உணவு என்பது தானியங்கள் மட்டுமே அல்ல. சமச்சீரான உடல் வளர்ச்சிக்கு மாவுச் சத்து, பருப்புச் சத்து, கொழுப்புச் சத்து, தாது உப்புகள், ஊட்டங்கள் (வைட்டமின்கள்) ஆகிய ஐந்தும் தேவைப்படு கின்றன. குறிப்பாக வளரும் குழந்தைகளுக்குக் கூடுதலாகப் பருப்புச் சத்து, தாது உப்புகள், ஊட்டங்கள் மிகுதியாகத் தேவைப்படுகின்றன. இவற்றைத் தானிய விளைச்சலை உயர்த்துவதால் பெற முடியாது. கால்நடைகளிலிருந்தும் பழங்களிலிருந்தும் மீன், தேன் போன்ற இயற்கை தரும் உணவுகளிலிருந்து மட்டுமே பெற முடியும்.

ஆதலால், உயிரினப் பன்மயம் கையாளப்படும் இயற்கை வழிப் பண்ணை கள் நூறு கோடிக்கும் உணவளிக்க முடியும்.

ரசாயன பூச்சிக் கொல்லிகள் இல்லாமல், பயிரைப் பாதுகாப்பது எப்படி?

விஸ்வநாதன், தென்காசி.

1955-க்கு முன்பு பூச்சி நோய்களைக் கொல்வதற்கு இங்கு உழவர்கள் எதையுமே செய்யவில்லை. அங்கும் இங்குமாக வேப்ப இலை, வேப்பங் கொட்டை, வேப்ப எண்ணெய், வேப்பம் புண்ணாக்கு, சோற்றுக் கற்றாழை, எருக்கு, பிரண்டை, சாம்பல், புங்க இலை, நொச்சி இலை, சுண்ணாம்பு போன்ற வற்றைப் பயன்படுத்தியே பயிர்களும் கால்நடைகளும் காப்பாற்றப் பட்டிருக்கின்றன.

மூடி மறைக்காமல் சொன்னால், ரசாயன ஆட்கொல்லி நஞ்சுகள் புழக்கத்துக்கு வந்த பின்புதான், பயிர்களைப் பூச்சிகள் தாக்குவது அதிகரித்துள்ளது. மிகக் கொடுமையான ரசாயன நஞ்சுகளால், பருத்திக்காய்ப் புழுவை அழிக்க முடியவில்லை. அதனால்தான் 3000-க்கும் மேற்பட்ட ஆந்திர உழவர்கள் தற் கொலை செய்து கொண்டார்கள். இயற்கைப் பூச்சிக்கொல்லிகளைப் பயன் படுத்தி, ஆயிரக்கணக்கான தமிழகத்து உழவர்கள் பயிரைப் பாதுகாப்பதில் வெற்றி கண்டுள்ளார்கள்.

ரசாயன உரம் போட்டதால் கெட்டுப் போயிருக்கும் நிலத்தில் யூரியா இல்லாமல் விளைச்சல் எடுப்பது எப்படி?

காந்திமதி, திருநெல்வேலி.

யூரியா என்பது ஓர் உப்பு. இதில் 100-க்கு 46 பங்கு நைட்ரஜன் (வெடியம்) அடங்கியுள்ளது. இந்த வெடியம் நமது மூச்சுக் காற்றிலே 79 விழுக்காடு காணப்படுகிறது.

மண்புழு, புல் பூண்டுகளின் வேர், சுவாசிக்கும் காற்றிலும் 79 விழுக்காடு வெடியம் காணப்படுகிறது. அதை செடி எடுத்துக் கொள்வதற்கு நீலப்பச்சைப் பாசி, அசோஸ் பைரில்லம், ரைசோபியம் போன்ற நுண்ணுயிர்கள் இருந் தாலே போதுமானது. செயற்கையாக ஆலைகளில் உற்பத்திச் செய்யப்பட்ட உயிர்களைக் கொல்லும் யூரியா அவசியமில்லை. நூறு கோடி ஆண்டுகளாக யூரியா இல்லாமல்தான் பூமியில் இயற்கை செழித்து ஓங்கி, மனித குலமே தோற்றம் கொண்டது.

4 தானியங்கள், 4 பயிர்வகை, 4 எண்ணெய் வித்து, 4 வாசனைப் பொருள், 4 தழை உரச்செடிகள் ஆக 20 வகை விதைகளைக் கலந்து விதைத்து 2, 3 முறை மடக்கி உழுதால் ரசாயன உரமிட்டதால், கெட்டுப் போன நிலங்களின் வளத்தைப் புதுப்பிக்க முடியும்.

குறுகியகால வித்துகளுக்குக் குறைந்த அளவு நீரும் கண்காணிப்பும் போதுமானது. பாரம்பரிய விதைகள் இதே அளவு லாபம் தருமா?

கருப்பையன், ஓசூர்.

இடம், சூழலுக்கு ஏற்ப வேறு வேறு வயதுடைய பயிர் இனங்களை நமது முன்னோர்கள் கண்டறிந்து வைத்திருக்கிறார்கள். 60 நாள்களில் விளையும் அறுபதாங்குறுவை, நம் முன்னோர்கள் பயிர் செய்த ரகங்களில் ஒன்று. 90 நாள்களில் விளையும் விதைகளை விதைக்கும் பருவத்துக்குக் குறுவைப் பருவம் என்றே பெயர் வைத்திருக்கிறார்கள். வட கிழக்குப் பருவமழைக் காலத்தில் குறுகிய வித்தை விதைப்பது சரியானதல்ல. பயிரில் தானியம் முதிர்ச்சி அடைகின்ற 35 நாள்கள் வெயில் காலமாக இருத்தல் வேண்டும். அதனால்தான், நமது முன்னோர் மழைக்கால பருவத்துக்கு ஏற்ப 150 நாள், 180 நாள்களில் விளையும் இனங்களைத் தேர்ந்தெடுத்திருந்தார்கள். நீர்ச் சிக்கனம் என்பது பயிரின் வயதை வைத்து அடையக்கூடிய ஒன்றல்ல. சாகுபடி உத்திகளைப் பொறுத்தது. ஜப்பான் நாட்டு உழவியல் விஞ்ஞானி புகுவோகா போல, வைக்கோலை நிலத்தில் இட்டு புஞ்சைச் சாகுபடியாகவே நெல்லைப் பயிர் செய்தால் தண்ணீர் பயன்பாடு மிக மிகக் குறைந்துவிடும். லாபம் என்பது பயிரில் வருவதல்ல. சந்தையில் வருவது. இயற்கை உழவாண்மையில் வெளியிடு பொருள்கள் முற்றிலும் தவிர்க்கப்படுவதால், பணச்செலவு குறைந்து நிகர வருவாய்க் கூடுதலாக இருக்கும்.

இயற்கை வழிப் பண்ணையத்தில் இந்தியாவின் உணவுத் தேவையை நிறைவு செய்ய முடியாது என்று வேளாண் பல்கலைக் கழக மண்ணியல் நிபுணர் குமாரசாமி சொல்லியுள்ளாரே?

திருவேங்கடம், சிங்கப்பெருமாள் கோவில்.

குமாரசாமி இப்படிச் சொல்லியிருப்பதில் வியப்பில்லை. இந்தியாவில் வேளாண்மை ஆராய்ச்சிக்காகவும், விரிவாக்கத்திற்காகவும், பல்கலைக் கழகத்திற்காகவும் செலவிடப்படும் 1000 கோடி ரூபாயும் பன்னாட்டுக் கம்பெனிகளுக்கு ஏழை இந்தியா கொடுக்கும் மானியம் என்று டாக்டர் வந்தனா சிவா கூறியிருப்பதை உங்கள் பார்வைக்குக் கொண்டு வருகிறோம். குமாரசாமி, நைட்ரஜன் எந்த வடிவத்தில் செடிக்குக் கிடைத்தாலும் விளைவு மாறுபடுவதில்லை என்று இந்து நாளேட்டில் எழுதிய கட்டுரையில் குறிப் பிட்டுள்ளார். பல்கலைக்கழகங்களில் ஆராய்ச்சி செய்யும் நிபுணர்கள் முகப்பட்டை போட்ட குதிரை போல் செயல்படுகிறார்கள் என்று இயற்கை உழவாண்மையின் தந்தை மசானோபு புகுவோகா குறிப்பிடுவதையும் உங்கள் கவனத்துக்குக் கொண்டு வருகிறோம்.

இயற்கை உழவாண்மை பற்றிய சாதனைகள் 28 ஆண்டுகளுக்கு முன்பிருந்தே அச்சில் வெளிவந்திருந்தும்கூட, இந்தப் பல்கலைக்கழகப் பொம்மைகள் அவைகளை கண்டு கொள்ளாமல் இருப்பதிலும் வியப்பொன்றுமில்லை. 11 ஆண்டுகளுக்கு முன்பே உலக அளவில் நடந்த பூமி காப்போம் மாநாடு பல்லுயிர்ப் பெருக்கத்தின் தவிர்க்கப்படக் கூடாத தன்மையை வலியுறுத்தி பயன் பெருவோர் பங்கேற்கும் தொழில் நுட்பம் வளர்த்தெடுக்கப்பட வேண்டும் என்பதை வலியுறுத்தியது. கடந்த 40 ஆண்டுகளாக அமெரிக்கக் கம்பெனிகளின் கைக் கூலிகளாகச் செயல்பட்ட நிபுணர்களின் பரிந்துரைகள் ஓரினச்சாகுபடியையும், வேதி இடு பொருள்களையும், இயந்திரங்களையும், உணவு உற்பத்தியில் புகுத்தின. இதன் விளைவாக நடந்துள்ள கேடுகள் கொஞ்சநஞ்சமல்ல.

பூமி, பசுமைப் புரட்சியில் களைப்படைந்துவிட்டது என்று இந்திய வேளாண் ஆராய்ச்சி நிலையமே தெரிவித்துள்ளது. இயற்கை உழவியல் என்பது, உயிரோட்டமுள்ள நிலம். வளமான பயிர் வளர்ச்சிக்கு அடித்தளம். வளமான பயிர் வளர்ச்சி நலமான பயிர் உற்பத்திக்கு அடிப்படை. நலமான பயிர் விளைச்சல் மக்கள் நல்வாழ்வுக்கு அடிப்படை. இது உலகம் ஒப்புக் கொண்டுள்ள வாய்ப்பாடு. இயற்கை எருக்கள் வழியாக நைட்ரஜன் செடிக்கு அளிக்கப்படும்போது, மண்வளம் உயர்கிறது. வேதிப்பொருள்கள் நிலத்தில் இடும்போது மண்வளம் சிதைகிறது.

குமாரசாமி, இயற்கை வழி உழவாண்மைத் தேவையை நிறைவு செய்யாது என்று சொல்லும்போது, இயற்கை வழியில் அது இயலாது என்று சொல்ல வில்லை. மாடு இல்லை, சாணி இல்லை, இலை தழை இல்லை என்றுதான் சொல்கிறார். எருவானது செடியை வளர்க்கவில்லை. எரு, செடி வளர்ச் சிக்குத் தேவையான உயிர் பெருக்கத்திற்கு உதவுகிறது. யூரியா வழியில் அல்லது நைட்ரேட் வழியில் அளிக்கப்படுகின்ற ஊட்டம் உயிர்களை அழித்து நிலத்தை மலடாக்கியதைத்தான் வரலாறு காட்டுகிறது. காற்றி லுள்ள 79 சதவிகித நைட்ரஜன் காற்றை நிலத்தில் நிலைநிறுத்த மாடுகள் தேவையில்லை. அசோஸ்பைரில்லம், ரைசோ பாக்டீரியா, நீலப்பசும்பாசி,

அசோலா, மண்புழு போன்றவைகள் போதுமானவை. உண்மை இப்படி யிருக்க, மண்ணியல் நிபுணரின் புலம்பல் எதற்காக, யாருக்காக?

குடிநீரிலும், கோகோ கோலா, பெப்சி போன்ற 12 பானங்களிலும் ஆட்கொல்லி நஞ்சுகள் (பூச்சிக்கொல்லி) இருப்பது நிரூபிக்கப்பட்டுள்ளது. தமிழ்நாடு மாசுக் கட்டுப்பாட்டு வாரியம் கொஞ்சம் நில், நீ உண்ணும் உணவில் நஞ்சிருக்கலாம் என்று சுவரொட்டி அச்சடித்து நாடு முழுவதும் ஒட்டியிருக்கிறது. மாவட்டம்தோறும் இயற்கைவழி உழவாண்மை கருத்த ரங்குகள் மாவட்ட ஆட்சித் தலைவர் தலைமையில் நடைபெற்று உள்ளன. 2.12.2002-ல் சென்னையில் நடந்த கருத்தரங்கில் பங்குகொண்ட அன்றைய வேளாண் துறை அமைச்சரும், செயலாளரும் இயற்கை வழி உழவாண்மை தான் இந்த அரசின் கொள்கை என்று அறிவித்திருக்கிறார்கள்.

ஆடுதுறை நெல் ஆராய்ச்சி நிலையம் வேதி இடுபொருள்களின் கொடுமை களை வருணித்து நாட்டின் எதிர்கால வாழ்வுக்கு இயற்கை வழி உழவாண் மைதான் ஒரே வழி என்று அறிவித்துள்ளது. தோட்டக்கலைத் துறை இயக் குனராக இருந்த திரு.தனவேல் இயற்கை வழி உழவாண்மையை நாடு முழு வதும் பரப்புவதற்கு உத்தரவுகள் பிறப்பித்துள்ளார். தமிழ்நாடு வேளாண் துறை இயக்குனர் மாநிலம் முழுவதும் உள்ள வேளாண்துறை அலுவலர் களுக்குப் பிறப்பித்துள்ள ஆணையில், பஞ்சகவ்யா தயாரிக்கவும், பயன் படுத்தவும் உழவர்களுக்குப் பயிற்சியளிக்க உத்தரவுகள் பிறப்பித்துள்ளார். மாநில அரசு மாவட்டத்துக்கு நாலரைலட்ச ரூபாய் ஒதுக்கி, மண்புழு வளர்ப் புக்குப் பயிற்சியளித்து வருகிறது. இத்தகைய சூழ்நிலையில், மண்ணியல் நிபுணர் கூறியுள்ள கருத்து, உழவர்களுக்கு எதிரானதாகவும், சமூக விரோத மானதாகவும், தேசத்துரோகமானதும் ஆகும்.

ஆவூட்டம் (பஞ்சகவ்யா) பயன்படுத்துவது செலவு மிகுந்த இடுபொருள் இல்லையா?

வள்ளி, திருப்பரங்குன்றம்.

கால்நடைகள், மனிதர்களைப்போல தானியங்களை உணவாகக் கேட்க வில்லை. அல்லது தவிடு, புண்ணாக்கைக் காசு கொடுத்து வாங்கி வைக்கச் சொல்லவில்லை. பண்ணைக் கழிவுகள், புல்பூண்டுகள், இலைதழைகள் இவற்றைதான் உணவாகக் கேட்கின்றன. ஆவூட்டம் தயாரிப்பதற்கு, சீமைப் பசுக்கள் தேவையில்லை. வெள்ளளபாளயம் அருணாச்சலம் ஆவூட் டத்தை விடவும் ஆட்டுட்டம் இருமடங்குத் திறமையாக செயல்படுகிறது என்பதைக் கண்டுபிடித்திருக்கிறார். ஆடு வளர்ப்புச் சிக்கனமானது. ஆடு களைக் கொட்டிலில் அடைத்து வளர்ப்பதும், அவற்றிற்காக இலைதழைகள் உற்பத்திச் செய்வதும் சிரமமானதும் அல்ல, செலவு மிகுந்ததும் அல்ல.

பல்கலைக்கழக கண்டுபிடிப்புகள் கழனிக்குச் செல்லாததால்தான், நாடு பின்தங்கியுள்ளது என்ற கருத்து சரியானதா?

ஆரோக்கியசாமி, திருச்சி.

ஆராய்ச்சிக் கூடங்களில் குறிப்பாக, அமெரிக்க, ஐரோப்பிய நாட்டு ஆராய்ச்சிக் கூடங்களில் கண்டுபிடிக்கப்பட்ட உத்திகள் உழவர்களின் நிலங்களில் புகுத்தப்பட்டதால்தான் நம் நாட்டு மக்களும், நிலங்களும் சூழலும் மீள முடியாத அளவுக்கு சீர்கேடு அடைய நேர்ந்தது.

தண்ணீர்க் குறைவாக இருக்கும்போது, இயற்கை விவசாயத்தால் என்ன நன்மை விளைய முடியும்?

முத்துசாமி, திண்டுக்கல்.

இப்படி நிறையப் பேர் நினைக்கிறார்கள். 'தீங்கின்றி நாடெல்லாம் திங்கள் மும்மாரி பெய்து ஓங்கு பெருந் நெல் வளர்ந்து' இருந்ததாகவும் அதன் ஊடே மீன்கள் துள்ளித் திரிந்ததாகவும், ஆயிரம் ஆண்டுகளுக்கு முன்பு ஆண்டாள் பாடிய திருப்பாவையில் காணப்படுகிறது. கரும்பு, வாழை, மஞ்சள் போன்ற பயிர்களில் ஈரோடு மாவட்டத்து விவசாயிகள் ஒன்று விட்டு ஒரு சாலில் தண்ணீர்ப் பாய்ச்சி மிகு விளைச்சல் எடுக்கிறார்கள். 21 நாள்களுக்கு ஒருமுறை இப்படி நீர்ப் பாய்ச்சினாலே போதுமானது. நீர்ப் பாயாத ஒன்று விட்டு ஒரு சாலை கரும்புத் தோகையைப் போட்டு மூடி வைக்கிறார்கள். வாழைக் கொல்லை, தென்னந் தோப்புகளையும் மரவள்ளித் தோட்டத்தையும் மூடி வைத்து, வறட்சிக் காலங்களில் காப்பாற்றி இருக்கிறார்கள். உப்புத் தண்ணீரைக் குடித்து தாகம் தீருவதில்லை. உப்பு உரம் இட்ட நிலங்களுக்குத் தான் அதிக தண்ணீர் தேவைப்படுகிறது. திருவாரூர் மாவட்டத்திலும், புதுக்கோட்டை மாவட்டத்தின் கடலோரக் கிராமங்களிலும் நேரடியாக நெல் விதைத்து இயற்கை விவசாய உத்திகளைக் கடைப்பிடித்து உழவர்கள் வெற்றி வாகை சூடி வருகிறார்கள்.

பஞ்சகவ்யா தெளிப்பதால் அரிசி பெரிதாகிவிடுகிறதா?

முத்துலட்சுமி, தொண்டாமுத்தூர்.

பஞ்சகவ்யா தெளிக்கும் போது, அரிசி பெரிதாகி விடுகிறது என்று சொல்கி றார்கள். பயிரில் பூ வந்த பிறகு பஞ்சகவ்யா தெளிப்பதால், நெல்லின் பருமன் கூடுகிறது. இதனால் எடை அதிகரிக்கிறது. வீட்டு உபயோகத்துக்கு உற்பத்தி செய்யும்போது, இதனால் சிக்கலில்லை. வெள்ளைப் பொன்னி போன்ற சன்ன ரக அரிசி விற்பனைக்குப் போகும்போது வாங்குவோர் சந்தேகப்படுவார்கள். ஆதலால் நெல் பூத்த பிறகு பஞ்சகவ்யம் தெளிக்க வேண்டாமென்று சொல்கிறோம்.

●◦●

பசுமையான காய்கறிகளைத் தேடி கடை கடையாக அலைந்து, ஆண்டுக்கு பத்தாயிரம் ரூபாய்க்கு மேல் செலவு செய்வதைவிட உங்கள் வீட்டில் சின்னதாக ஒரு தோட்டம் அமைத்தால் எத்தனை லாபம் தெரியுமா?

உங்களுக்குத் தேவையான அத்தனை காய்கறிகளையும் அதில் வளர்க்கலாம். அவற்றை ஃப்ரெஷ்ஷாகப் பறித்துச் சாப்பிடலாம். எந்த நோயும் உங்களை அண்டவிடாமல் பாதுகாத்துக் கொள்ளலாம்.

தோட்டம் போட இடம்? மொட்டை மாடியில்கூட உங்கள் குடும்பத்துக்குத் தேவையான காய்கறிகள் அனைத்தையும் பயிரிடலாம். இது எளிமையானது மட்டுமல்ல. மிகவும் பாதுகாப்பானது. அந்த முறையை அசத்தலாகச் சொல்லித்தருகிறது இந்தப் புத்தகம். உண்மையில் உங்கள் ஆரோக்கியத்துக் கான முதலீடுதான் இந்தப்புத்தகம்!

கொட்டோ கொட்டு என்று லாபம் கொட்டக்கூடிய துறைதான். சந்தேகமே யில்லை. வயல் வெளியில் கால்களைப் பதிப்பதற்கு முன்னால் இந்தப் புத்தகத்தில் ஒரு முறை கண்களைப் பதித்துவிடுங்கள்.

எந்த நிலத்துக்கு எந்தப் பயிர் பொருத்தமாக இருக்கும்? எப்போது, எங்கே, எதை விதைத்தால் நல்ல விளைச்சலை எதிர் பார்க்கலாம்?

நீர்ப்பாசனத்துக்குத் திட்டமிடுவது எப்படி? எது களை? அதைக் களைவது எப்படி? இயற்கை உரத்தை எந்த அளவுக்கு நம்பலாம்? செயற்கை உரத்தில் இருக்கும் பிரச்னைகள் என்னென்ன?

எது பூச்சிக்கொல்லி? எது விதைக்கொல்லி? ஒரு விவசாயிக்கு விதைநெல் எந்த அளவுக்கு அவசியமோ அந்த அளவுக்கு இந்தப் புத்தகமும் அவசியம்.